கள்ளக் கணக்கு

ஆசிரியரின் பிற நூல்கள்:

- பாவனை பேசலன்றி . . !, சிறுகதைத் தொகுப்பு (2000)
- தமிழ் முழங்கும் வேளையிலே, செவ்விகளின் தொகுப்பு (2000)
- உயரப்பறக்கும் காகங்கள், சிறுகதைத் தொகுப்பு (2003)
- *Horizon, English translation of the shortstories* (2007)
- கீதையடி நீயெனக்கு, குறுநாவல் தொகுப்பு (2014)
- கறுத்தக் கொழும்பான், புனைவுக் கட்டுரைத் தொகுப்பு (2014)
- செல்லப் பாக்கியம் மாமியின் முட்டிக் கத்தரிக்காய், புனைவுக் கட்டுரைத் தொகுப்பு (2017)

கள்ளக் கணக்கு

ஆசி. கந்தராஜா (பி. 1950)

ஆசி கந்தராஜா, ஆஸ்திரேலிய ஈழத்து எழுத்தாளர், கல்வியாளர், பூங்கனியியல், உயிரியல் தொழில் நுட்பத்துறைப் பேராசிரியர்.

யாழ்ப்பாணத்திலுள்ள கைதடி கிராமத்தில் 25ஆம் திகதி தை மாதம் 1950ஆம் ஆண்டு பிறந்தவர். தந்தையார் ஆ. சின்னத்தம்பி, புராண இதிகாசங்களை முறைப்படி கற்றுத் தேர்ந்த ஒரு தமிழ் ஆசான்.

ஜெர்மனி, ஜப்பான், ஆஸ்திரேலிய பல்கலைக்கழகங்களில் படித்தவர், பணிபுரிந்தவர். தற்போது ஓய்வுபெற்று முழுநேரமாக எழுதிக்கொண்டிருக்கிறார்.

ஜெர்மன் அரசின் புலமைப் பரிசில் பெற்று இலங்கையிலிருந்து 1974ஆம் ஆண்டு, ஜெர்மன் நாட்டுக்கு உயர் கல்வி கற்கச் சென்றவர், கிழக்கிலும் மேற்கிலுமாக மொத்தம் பதின்மூன்று ஆண்டுகள் வாழ்ந்தவர். இப்பொழுது ஆஸ்திரேலியாவில் முப்பது ஆண்டுகளாக (2017) வாழ்ந்து வருகிறார்.

யப்பான், சீனா, இந்தியா, இலங்கை, பங்களாதேஷ், வியட்நாம், தென்கொரியா, இந்தோனேசியா, பிலிப்பைன்ஸ், மலேசியா, சிங்கப்பூர், யுகண்டா, கென்யா, தன்சானியா, எத்தியோப்பியா, தென்ஆப்பிரிக்கா, மத்திய கிழக்கு, ஐரோப்பிய நாடுகளுக்கு வருகைதரு பேராசிரியராகச் சென்று, அங்குள்ள பல்கலைக்கழகங்களில் சிறப்பு விரிவுரைகளும் பயிற்சி வகுப்புகளும் நடத்தியவர். அங்கு அவர் கண்ட தரிசனங்களே சிறுகதைகளாகவும் குறுநாவல்களாகவும் புனைவுக் கட்டுரைகளாகவும் வெளிவந்துள்ளன.

இலங்கை சாகித்திய விருது உட்பட இலங்கை இந்திய நாடுகளில் பல விருதுகள் பெற்றவர்.

ஆசி. கந்தராஜா

கள்ளக் கணக்கு

காலச்சுவடு பதிப்பகம்

அன்பார்ந்த வாசகருக்கு,

வணக்கம்.

காலச்சுவடு நூலை வாங்கியமைக்கு நன்றி.

நூலின் உள்ளடக்கம், உருவாக்கம், அட்டைப்படம் இன்ன பிற அம்சங்கள் பற்றிய உங்கள் கருத்துகளையும் ஆலோசனைகளையும் காலச்சுவடு வரவேற்கிறது. தகவல், எழுத்து, வாக்கியப் பிழைகள் தென்பட்டால் கட்டாயம் தெரிவித்து உதவுங்கள். நூல் தயாரிப்பில் கடும் குறைபாடு இருப்பின் மாற்றுப் பிரதி உங்களுக்குக் கிடைக்கக் காலச்சுவடு ஏற்பாடு செய்யும்.

மின்னஞ்சல்: publisher@kalachuvadu.com

காலச்சுவடு நாகர்கோவில் தலைமையகத்துக்கும் கடிதம் அனுப்பலாம்.

தங்கள்
எஸ்.ஆர். சுந்தரம் (கண்ணன்)
பதிப்பாளர் – நிர்வாக இயக்குநர்

கள்ளக் கணக்கு ♦ சிறுகதைகள் ♦ ஆசிரியர்: ஆசி. கந்தராஜா ♦ © ஆ.சி. கந்தராஜா ♦ முதல் பதிப்பு: ஜூலை 2018 ♦ வெளியீடு: காலச்சுவடு பப்ளிகேஷன்ஸ் (பி) லிட்., 669, கே.பி. சாலை, நாகர்கோவில் 629001

காலச்சுவடு பதிப்பக வெளியீடு: 829

kaLLak kaNakku ♦ ShortStories ♦ Author: Aasi. Kantharajah ♦ © A.S. Kantharajah ♦ Language: Tamil ♦ First Edition: July 2018 ♦ Size: Demy 1 x 8 ♦ Paper: 18.6 kg maplitho ♦ Pages: 128

Published by Kalachuvadu Publications Pvt. Ltd., 669, K.P. Road, Nagercoil 629001, India ♦ Phone: 91-4652-278525 ♦ e-mail: publications @kalachuvadu.com ♦ Wrapper printed at Print Specialities, Chennai 600014 ❖ Printed at Mani Offset, Chennai 600077

ISBN : 978-93-86820-49-5

07/2018/S.No. 829, kcp 2060, 18.6 (1) ILL

என் எழுத்து ஊழியத்தின் ஆசான் எஸ்பொ!
அவரே, எழுத்து நுணுக்கங்களை எனக்குக் கற்றுத் தந்தவர்.
அவரின் ஆசிவேண்டி, அவருக்கு
இந்நூல் படையல்.

பொருளடக்கம்

முன்னுரை: இரட்டிப்பு மகிழ்ச்சி	11
என்னுரை	13
பத்தோடு பதினொன்று	19
ஒட்டு மரங்கள்	26
வெள்ளிக்கிழமை விரதம்	36
காதல் ஒருவன்	42
புகலிடம்	53
எதிலீன் என்னும் ஹோமோன் வாயு . . .	59
மிருகம்	73
யாவரும் கேளிர்	84
அன்னை	92
கள்ளக் கணக்கு	99
அந்நியமாதல்	108
சூக்குமம்	116
வேதி விளையாட்டு	121

முன்னுரை

இரட்டிப்பு மகிழ்ச்சி

என்னை நேர்காணல் செய்தபோது பத்திரிகை யாளர் ஒரு கேள்வி கேட்டார். 'உங்களுக்குப் பிடித்த எழுத்தாளர் யார்?' நான் ஒரு நிமிடம்கூட யோசிக்காமல் 'கார்ல் இயக்னெம்மா' என்று பதில் கூறினேன். கேட்டவருக்கு ஒன்றும் புரியவில்லை. அப்படி ஓர் எழுத்தாளரை அவர் கேள்விப்பட்டதே கிடையாது.

இவர் ஓர் அமெரிக்க விஞ்ஞானி, இயந்திரவியல் பேராசிரியர். இயந்திரவியல் ஆராய்ச்சிகளில் மும்முரமாக ஈடுபடும் அதே நேரம் சிறுகதைகளும் எழுதுவார். அவருடைய சிறுகதைகள் உயரிய விருதுகள் பெற்றுள்ளன. அவர் என்னை ஈர்த்ததற்குக் காரணம் அவருடைய கதைகளில் விஞ்ஞானமும் கணிதமும் இயற்பியலும் ஏதோவிதத்தில் பாத்திர மாகக் கலந்திருக்கும். சாதாரண வாசகருக்குப் புரியும்படி விஞ்ஞானத் தத்துவங்கள் கிடைக்கும். கதையைப் படித்த சிலநாட்களில் மறந்து போனால் கூட அதிலிருந்து கிடைத்த விஞ்ஞான அறிவு என்னுடனேயே தங்கிவிடும். பல ஆயிரம் மைல்கள் பிரயாணம் செய்து இவரை நான் சந்தித்திருக்கிறேன். தீவிரமான ஆராய்ச்சிகளுக்கு நடுவே இரண்டு பாதிச் சிறுகதைகளும் அவர் மேசைமேல் கிடந்தன. ஆராய்ச்சிகளுக்கு இடையில் நேரம் கிடைக்கும் போதெல்லாம் சிறுகதைகளை எழுதுகிறார்.

ஒரு துறையில் பிரபலமானவர்கள் சிறுகதை எழுதுவது குறைவு. அதிலும் தமிழில் விஞ்ஞானிகள் யாராவது சிறுகதை எழுதுகின்றார்களா என்றால் அந்த விவரம் என்னிடம் இல்லை. எனக்குத் தெரிந்து

சிறுகதைகள் தொடர்ந்து எழுதும் தமிழ் விஞ்ஞானி ஆசி. கந்தராஜா தான். இவர் உயர் கல்வி கற்க இலங்கையிலிருந்து ஜேர்மனிக்குச் சென்று அங்கிருந்து அவுஸ்திரேலியாவுக்குப் புலம்பெயர்ந்து அங்கே குடியேறியவர். கடந்த 30 வருடங்களுக்கும் மேலாக பூங்கனியியல், உயிரியல் தொழில்நுட்ப பேராசிரியராக சிட்னி நகரில், மேற்கு சிட்னிப் பல்கலைக்கழகத்தில் பணிபுரிகிறார். அறிவியல் ஆலோசகராகப் பலநாடுகளுக்குப் பயணித்து அவர்கள் ஆராய்ச்சிகளுக்கு உதவி புரிந்திருக்கிறார். உயர் ஆராய்ச்சி களில் கிடைக்கக்கூடிய விஞ்ஞான அறிவும் பலநாட்டு மக்களின் வெவ்வேறு அனுபவங்களும் இவரின் கதைகளில் விரவிக் கிடப்பதைக் காணலாம்.

இது இவருடைய மூன்றாவது சிறுகதைத் தொகுப்பு. ‘கள்ளக் கணக்கு’ என்ற தலைப்புடன் வரும் இந்தத் தொகுதியில் 13 கதைகள் உள்ளன. யப்பான், அவுஸ்திரேலியா, உகண்டா, லெபானன், இலங்கை, தென் கொரியா, இந்தியா, சீனா, வங்காளதேசம் என ஒன்பது நாடுகளின் பின்புலத்தில் இந்தச் சிறுகதைகள் புனையப்பட்டிருக்கின்றன. சில கதைகள் இலங்கை, இந்தியா, அவுஸ்திரேலியா என மூன்று நாடுகளை இணைத்தபடி இருக்கின்றன. இந்தக் கதைகளில் எனக்கு இருக்கும் ஈர்ப்பு என்னவென்றால் இவை தனியே விஞ்ஞானம் பற்றிப் பேசுபவை அல்ல. பல்வேறு நாட்டு மக்களின் வாழ்க்கை முறை, கலாச்சாரம், வரலாறு போன்றவற்றிலும் எங்களுக்குப் பரிச்சயம் ஏற்பட வைக்கின்றன. புத்தகத்தைப் படித்து முடிக்கும்போது ஒன்பது நாடுகளுக்குப் பயணம் செய்து திரும்பியது போன்ற நிறைவு கிடைக்கிறது. விஞ்ஞானமும் பயணமும் இணைந்து புனையப் பட்ட சிறுகதைகளை நான் படித்ததே இல்லை. அந்த வகையில் இந்தத் தொகுப்பு புதுமையானது, சிறப்பானது, இரட்டிப்பு மகிழ்ச்சி தருவது.

சிறுகதைகளின் தன்மை பற்றி நான் விளக்க வேண்டிய அவசியமில்லை. உதாரணத்திற்கு இரண்டே இரண்டு சிறுகதை களைப் பார்க்கலாம். எத்லீன் வாயு சம்பந்தப்பட்ட சிறுகதை யாழ்ப்பாணத்தில் ஆரம்பமாகி அவுஸ்திரேலியாவில் முடிகிறது. யாழ்ப்பாணத்தில் கணவர் சந்தைக்குப் போய் காய்கறி வாங்கி வருகிறார். மனைவி கனகம் அவரிடம் திருப்பித் திருப்பி ஒரு விசயம் சொல்லி அனுப்புகிறார். ‘வெண்டைக்காயைப் பார்த்து வாங்குங்கோ. முற்றலாக வாங்கவேண்டாம்.’ காய்கறி வந்ததும் கனகம் ஆராய்கிறார். எல்லாமே முற்றல். அவர் கணவரைத் தாறுமாறாகத் திட்டுகிறார். அவமானம் பொறுக்காமல் மனிதர் தற்கொலை செய்துகொள்கிறார்.

அவர்களுடைய ஒரே மகள் பூங்கொடி அழகானவள். தோட்டத்திலே எடுபிடியாக வேலைசெய்த இராசதுரை அவளுக்குக் காதல் கடிதம் கொடுத்துப் பிடிபட்டுவிடுகிறான். அவனை வேலையிலிருந்து துரத்துகிறார்கள். போரில் மக்கள் இடம்பெயர்ந்தபோது இரண்டு குடும்பங்களும் அவுஸ்திரேலியா வந்து சேருகின்றன. பூங்கொடியின் கணவருக்கு மனச் சிதைவு ஏற்பட்டதால் அவர்களுடைய அன்றாட வாழ்க்கையே பிரச்சினையுள்ளதாக மாறிவிடுகிறது. இராசதுரை படித்து மேல்நிலையில் இருக்கிறான். அவனிடம் உள்ள விவசாயப் பண்ணை லாபம் ஈட்டுகிறது. பண்ணையில் வாழைப்பழம் முக்கிய வியாபாரம். செயற்கை முறையில் எத்லீன் வாயுவினால் பழமாக்கப்பட்ட வாழைப்பழங்கள் தினம்தினம் நூறு லாரிகளில் விநியோகம் ஆகின்றன.

இராசதுரை தன் முன்னாள் காதலி பூங்கொடியின் வறுமை நிலையைப் பார்த்து இரங்கி அவளுக்கும் கணவருக்கும் தன் தொழிற்சாலையில் வேலை போட்டுக் கொடுக்கிறான். அந்தச் சமயம் எல்லோருக்கும் ஒரு சம்பவம் நினைவுக்கு வருகிறது. பூங்கொடியின் அப்பாவின் தற்கொலை. முப்பது வருடங்களுக்கு முன்னர் ஓர் அப்பாவி மனிதர் யாழ்ப்பாணத்தில் ஏன் தூக்குப் போட்டு இறந்துபோனார் என்ற மர்மம் 8,800 கி.மீட்டர் தள்ளி இருக்கும் சிட்னி நகரில் விடுவிக்கப்படுகிறது. விஞ்ஞானமும் காதலும் கருணையும் அகங்காரமும் பின்னிப் பிணைந்த கதை.

மனதில் நிற்கும் இன்னொரு கதை தென்கொரியாவில் நடக்கிறது. அவுஸ்திரேலியாவிலுள்ள ஒரு கம்பெனியில் உயர் பதவி வகிக்கும் சாம்பசிவம், ஒப்பந்தம் ஒன்றில் கையொப்பமிட தென்கொரியா பயணமாகிறார். ஒப்பந்தம் கையெழுத்தான பின்னர் தென்கொரிய கம்பெனி அதிபர் பிரத்தியேகமான விருந்து ஒன்றுக்கு ஏற்பாடு செய்கிறார். ஆடம்பரமான அலங்கார மேசையில் அவர்கள் அமர்ந்திருக்க பணியாட்கள் அவர்களுக்கு முன்னாலே தீ மூட்டிப் பாத்திரங்களில் வேகவைத்த இறைச்சி வகைகளை பரிமாறுகிறார்கள். சாம்பசிவம் கொரிய விருந்தோம்பலை வியந்தபடி ரசித்து உண்கிறார். பக்கத்திலிருந்தவர் என்னவிதமான உணவு, எப்படி தயாரிக்கப்பட்டது என்ற விளக்கத்தை அவ்வப்போது அளிக்கிறார். 'இது என்ன சாலட் இலையில் வாட்டிய இறைச்சி வருகிறது?' என்று கேட்கிறார் சாம்பசிவம். அவர் 'கொரிய முறைப்படி உன்னதமாகத் தயாரித்த நாய் இறைச்சி' என்று சர்வ சாதாரணமாகச் சொல்கிறார். சாம்பசிவம் அதிர்ந்து போகிறார். விருந்து கொடுக்கும் தலைவரை அவமதிப்பதுபோல ஒன்றும் செய்துவிடக்கூடாது என்பதால் எச்சரிக்கையாக உண்பதுபோல

பாவனை செய்கிறார். விருந்து ஒருமாதிரி முடிவுக்கு வருகிறது. அடுத்தநாள் அதிகாலை விமானம் பிடித்து அவுஸ்திரேலியா வந்து சேர்கிறார். வழக்கமாக அவர் வீட்டினுள் காலடி வைக்கும்போது அவர் வளர்ப்பு நாய் பாய்ந்து வந்து அவரை வரவேற்கும். அன்று அது வரவில்லை. அவர் தேடிப்போனாலும் அது ஒதுங்கியே நிற்கிறது. மறுநாள் காலை அது வீட்டை விட்டு ஓடிப்போகிறது.

சிறுகதையைப் பற்றிப் பலபேர் பலவிதமாகச் சொல்லி யிருக்கிறார்கள். ஒரு சிறுகதையில் இருந்து சிறுகதையைக் கழித்த பின் எது மிஞ்சுகிறதோ அதைத்தான் நாம் வீட்டுக்கு எடுத்துச் செல்கிறோம். புதுமைப்பித்தனுடைய பொய்க்குதிரையை யார் மறக்க முடியும்? கதையை மறந்தாலும் திருவல்லிக்கேணியையும் டிராம் வண்டியையும் டிராமுக்குக் கொடுக்காமல் சேமித்த ஓரணாவில் மனைவிக்குப் பூ வாங்கியதையும் நினைவிலிருந்து அழிக்கமுடியாது. புறநானூறில் ஒரு பாடல். ஆவூர் மூலங்கிழார் பாடியது. அரசனுடைய அரண்மனையை வர்ணிக்கிறார் புலவர். ‘திங்களும் நுழையா எந்திரப் படு புழை’ என்று வருகிறது. சந்திரன் கூட நுழைய முடியாத கட்டுக் காவலுடன் அரண்மனை இருக்கிறது. கவிதையை ரசித்து முடித்த பின்னர் மூளையிலே ஒன்று தோன்றுகிறது. *2000* வருடங்களுக்கு முன்னரே எந்திரத்தில் இயங்கும் வாசல் கதவுகள் இருந்திருக்கின்றன.

இலங்கையிலிருந்து வெளியேறி இந்தியாவுக்கு வந்து ஏற்காடு தேயிலைத் தோட்டத்தில் வேலை செய்கிறான் ஒருவன். இலங்கையில் அவனை ‘இந்தியாக்காரன்’ என்று இழிவுபடுத்துகிறார்கள். இந்தியாவிலோ ‘சிலோன்காரன்’ என்று துரத்துகிறார்கள். சீனாவில் கள்ளக் கணக்குக் காட்டி விருந்தாளியின் பணத்தை உதவியாளர் ஒருவர் கைப்பற்றுகிறார். ஆப்பிரிக்காவில் ஒரு பெண் காதலனை அடைவதற்காக தன் உடலை விற்றுப் பணம் சேர்க்கிறாள். யப்பானிலே மிக நவீனமான வாழ்க்கை முறையை அவர்கள் பின்பற்றினாலும் ஆயிரம் வருடங்கள் பழைமையான மணிச்சட்டத்தைக் கணக்கிடுவதற்கு இன்றும் பாவிக்கிறார்கள். அத்துடன் பழைமை பேணுவது முக்கியம் என்றும் சொல்கிறார்கள். சிறுகதைகள் கொடுக்கும் அனுபவத்துடன் மேற்சொன்ன தகவல்களும் இன்னும் பலவும் இந்தத் தொகுப்பிலே எங்களுக்குக் கிடைக்கின்றன.

கார்ல் இயக்னெம்மா தான் எழுதும்போது விஞ்ஞான ஆராய்ச்சிக்குத் தயார் செய்வதுபோல சிறுகதைக்கும் ஆயத்தம் செய்வதாகச் சொல்கிறார். பல்வேறு விதமாக ஓர் ஆராய்ச்சியை மேலெடுப்பது போல சிறுகதைகளையும் அவர் நூறுவிதமாக

ஆராய்கிறார். விடாமுயற்சியும் கற்பனையும் கடும் உழைப்பும் இரண்டுக்குமே தேவைப்படுகின்றன. அதே மாதிரியான உத்தியைத் தான் ஆசி. கந்தராஜாவும் பயன்படுத்துவதாகத் தெரிகிறது. ஆனால் ஒரு கூடிய லாபம். விஞ்ஞான அறிவுடன் பலநாட்டு மனிதர்களின் அனுபவங்களும் கதைகளை அலங்கரிக்கின்றன. ஒரு சிறுகதையில் இருவிதமான இன்பம். அந்த விதத்தில் இது ஓர் அபூர்வமான தொகுப்பு. ஆசிரியர் மேலும் மேலும் எழுத என் வாழ்த்துக்கள்.

ரொறொன்ரோ, கனடா   **அ. முத்துலிங்கம்**
மே 2018

என்னுரை

ஆஸ்திரேலிய புலம்பெயர்வுக்குப் பின்னர், கடந்த முப்பது ஆண்டுகளாக, நான் எழுதிய கதைகளில், காலச்சுவடு பதிப்பகம் தெரிவு செய்த சிறுகதைகள் இந்தத் தொகுப்பில் இடம்பெறுகின்றன.

பல்கலைக்கழக பணி நிமிர்த்தம், பயணித்த நாடுகளில் நான் கண்ட வாழ்வின் தரிசனங்களே இச்சிறுகதைகள். கதைகளின் கருக்கள் எல்லாமே உண்மைச் சம்பவங்களை அடிப்படையாகக் கொண்டவை. அதனால்தான் யதார்த்தமெது, கற்பனையெது என்று பிரித்தறிய முடியாத சேர்மானமாக இவை இருக்கின்றன.

யாழ்ப்பாணத்தில் நான் கல்விகற்ற பதின்பருவ காலத்தில், சில கதைகள் எழுதியுள்ளேன். அவை உள்ளூர்ப் பத்திரிகைகளிலும் வெளிவந்தன. பின்னர், பல்வேறு நிர்ப்பந்த காரணிகளால் இருபத்தைந்து வருடங்கள் தமிழில் நான் எதுவும் எழுதவில்லை. ஆனால் தமிழ், ஆங்கிலம், ஜேர்மன் என பல மொழிகளில் நிறைய வாசித்தேன். ஜேர்மன் மொழியிலும் ஆங்கிலத்திலும் நிறைய ஆராய்ச்சிக் கட்டுரைகள் எழுதினேன். ஜேர்மன் மொழியில் உயர் கல்வி கற்றதால் அந்த மொழி, தமிழ் மொழிபோல என்னுள் வசப்பட்டது. ஒரு விஷயம் எப்படி சொல்லப்பட வேண்டும், எப்படி சம்பவங்களைக் கோர்வைப் படுத்த வேண்டும் என்ற உத்திகளை, நான் எழுதிய ஆராய்ச்சிக் கட்டுரைகள் படிப்படியாக கற்றுத் தந்தன. அதேவேளை நான் வாசித்த பிற மொழி இலக்கியங்கள், என்னைப் புதிய தளத்துக்குக் கொண்டு சென்றன.

பதின்மூன்று வருட ஜேர்மன் வாழ்க்கையை நிறைவு செய்துகொண்டு, 1987ஆம் ஆண்டு ஆஸ்திரேலியாவுக்குப் புலம்பெயர்ந்த பின்னர், படிப்படியாக தமிழில் எழுத ஆரம்பித்தேன். எனது சிறுகதைகள் *இந்தியா டுடே, குமுதம், கல்கி, கணையாழி, தீராநதி, காலச்சுவடு, அம்ருதா, ழகரம், ஞானம், மல்லிகை, ஜீவநதி, வீரகேசரி, தினக்குரல், மலேசிய நண்பன், தமிழ்முரசு* (சிங்கப்பூர்) ஆகிய தமிழ் பேசும் உலகத்துச் சஞ்சிகைகளிலும் பத்திரிகைகளிலும் வெளிவந்துள்ளன.

எனது எழுத்துலகின் ஆதர்ஷம், எனது அன்புக்கும் பெருமதிப்புக்கும் உரிய எழுத்தாளர் அ. முத்துலிங்கம் அவர்களே. எங்கள் இருவருக்கும் சில ஒற்றுமைகள் உண்டு. இருவரும் இளமைப் பருவத்தில் எழுதிய பின்னர் நீண்டகாலம் எழுதாமல் மீண்டும் முழுநேரமாக எழுதுபவர்கள். தொழில் காரணமாக உலகின் பல பாகங்களுக்கும் சென்றவர்கள். அங்குள்ள அனுபவங்களைத் தமிழில் படைப்பிலக்கியமாகத் தருபவர்கள். இந்நூல் பற்றிய அவரின் முன்னுரை எனக்கு என்றும் பெருமை சேர்ப்பது. பல்வேறு எழுத்துப்பணிகளுக்கு மத்தியிலும் இந்தத் தொகுப்பிலுள்ள கதைகள் ஒவ்வொன்றையும் கவனமாகப் படித்து, ஆக்கபூர்வமான கருத்துக்கள் வழங்கிய அ. முத்துலிங்கம் அவர்களுக்கு எனது மனமார்ந்த நன்றியைத் தெரிவித்துக்கொள்கிறேன்.

எனது கதைகளுள் சிறந்த பதின்மூன்று சிறுகதைகளைத் தெரிந்தெடுத்த திரு. க. மோகனரங்கன் அவர்களுக்கும் இந்தத் தொகுப்பைச் சிறப்பாக அச்சிட்டு வெளியிடும் நண்பர் கண்ணனுக்கும் காலச்சுவடு பதிப்பகத்துக்கும் நான் என்றென்றும் கடமைப்பட்டவன். அத்துடன் எனது கலை இலக்கிய முயற்சிகளுக்கு ஆதரவு தரும் என்னுடைய அன்பு மனைவி சத்தியபாமாவுக்கு என் நன்றியும் அன்பும் உரித்தாகுக.

சிட்னி, ஆஸ்திரேலியா
ஏப்ரல் *2018*

ஆசி. கந்தராஜா

பத்தோடு பதினொன்று

பட்டப் பின்படிப்புக்குப் புலமைப்பரிசில் பெற்று, நளாயினி யப்பான் வந்து ஆறுமாதமாகிறது. பாஷை இன்னமும் சரியாகப் பிடிபடவில்லை. இதனால் மொழியில் பயிற்சி பெறவென யப்பானிய சிறார்களுடன் வலிந்து ஒட்டிக்கொள்வாள்.

அன்று பல்கலைக்கழகத்திலிருந்து நளாயினி வீடு திரும்புகையில் யப்பானியச் சிறுமிகள் இருவர் சாமான் நிரம்பிய கைகளுடன் நடந்து வந்தார்கள். வயது பத்தும் பன்னிரண்டுமாக இருக்கலாம். நிச்சயம் பதினைந்தைத் தாண்டாது. பைகளின் சுமை அவர்களின் முகங்களில் தெரிந்தது.

'நான் உதவட்டுமா..?' என நளாயினி பேச்சை ஆரம்பித்தாள். பெரியவள் பதிலுக்குப் புன்னகைத்தாள். சின்னவளோ நளாயினியை ஏக்கத்துடன் பார்த்தாள்.

'இப்படிக் கொடு நான் தூக்கிவருகிறேன்' என்று சின்னவளின் கையிலிருந்த பைகளை நளாயினி தன் கைகளுக்கு மாற்றிக்கொண்டாள்.

'உன் பெயரென்ன..?'

'கெய்கோ' என்றாள் பெரியவள்.

'என் பெயர் சடகோ' என்றாள் சின்னவள், நளாயினி கேட்காமலே அவளுக்கு நன்றி தெரிவிக்கும் பாவனையில்.

'இந்த வீதியில் உங்கள் வீட்டுக்கு முன்னால் தான் எங்கள் வீடும் இருக்கிறது. உங்களை ஓரிரு

நாள்கள் உங்கள் வீட்டின் முன்னே கண்டிருக்கிறேன்' எனச் சம்பாஷணையைத் தொடர்ந்தாள் கெய்கோ.

'சாமான் வாங்குவதற்கு வீட்டில் பெரியவர்கள் இல்லையா..?'

அவர்கள் மௌனமாக நடந்தார்கள்.

'அம்மா வேலைக்குப் போய்விட்டாளா..?' நளாயினி தொடர்ந்து கேட்டாள்.

'அம்மா தொழிற்சாலை விபத்தொன்றில் இறந்துபோனாள். அப்பாவுக்கு இன்று இரண்டு நேர 'சிப்ட்', வீட்டுக்கு வர நேரமாகும்' என்றாள் பெரியவள் மெலிந்த குரலிலே.

அவளுக்கு மனசும் பையும் கனத்திருக்க வேண்டும். 'நப்கின்' பெட்டியைப் பையிலிருந்து எடுத்து தங்கை சடகோவிடம் கொடுத்தாள்.

'நப்கின் யாருக்கு..?' நளாயினி விடாது கேட்டாள். இதை விடுப்பு என்றும் சொல்ல முடியாது. ஏதோ ஒரு உந்துதல்.

'தம்பிக்கு. அவனுக்கு மூன்று வயதாகிறது. இன்னமும் நப்கின் கட்டவேண்டும். ஆனாலும் சுட்டிப்பயல்...' என்றாள் சின்னவள்.

'அது சரி, எங்களைப் பற்றியே கேட்கிறீர்கள், உங்களைப் பற்றிச் சொல்லவில்லையே? ஆங்கிலம்தான் உங்கள் மொழியா?' எனப் பெரியவள் மீண்டும் உரையாடலில் நுழைந்தாள்.

'அப்படியல்ல, ஆங்கில மொழியை நன்றாகப் பேசுவேன். அதனைத் தாய்மொழியைப் போன்றுதான் கற்றிருக்கிறேன். ஆங்கிலம் கற்றுக்கொள்ள உங்களுக்கு விருப்பமா?' என நளாயினி கேட்டாள்.

'நான் பாடசாலையில் ஆங்கிலமும் பிரெஞ்சும் படிக்கிறேன். எனக்கு இன்று ஆங்கிலத்தில் நிறையவே வீட்டுப்பாடம் இருக்கிறது. வீட்டில் வேலை முடிந்தபின்பு உங்களிடம் வந்தால் உதவுவீர்களா?'

'நிச்சயமாக. அது சரி, நீதான் வீட்டு வேலைகளையும் செய்து, உன் தம்பியையும் கவனித்துக்கொள்வாயோ..?'

அப்பா வேலை செய்யும் தொழிற்சாலையில், பிள்ளை பராமரிப்பு நிலையமுண்டு. ஆனால் அங்கு பாரிய இடநெருக்கடி. அதனால் அரை நாள் மாத்திரம் அவன் அங்கு போக அனுமதி.

ஆசி. கந்தராஜா

நான் பாடசாலையிலிருந்து திரும்பும்போது அவனை வீட்டுக்குக் கூட்டி வந்துவிடுவேன்' என்றாள் கெய்கோ பெரிய மனுஷத் தோரணையில்.

அவர்களது வீடு நெருங்கியது!

'மாலை வீட்டுக்கு வருகிறேன்' என்று கூறி, கெய்கோ தங்கையுடன் விடைபெற்றாள்.

அங்குள்ள வீடுகளில் பெரும்பாலானவை மரப் பலகைகளால் செய்யப்பட்டவை. இடநெருக்கடிக் காரணமாக எல்லாமே பரப்பளவில் சிறிய வீடுகள். தொடர்மாடிக் குடியிருப்புகளும் அப்படித்தான்.

நளாயினியின் வாடகைக் குடியிருப்பில் ஓர் அறை மாத்திரம் தான். இரவில் அதைப் படுக்கை அறையாகப் பாவிப்பாள். பாயைச் சுருட்டி வைத்துவிட்டால் பகலில் அது வரவேற்பறை. அறையுடன் இணைந்து சிறிய கழிப்பிடம். அறையின் ஒரு பகுதியைச் சமையல் செய்வதற்குத் தோதாக மூங்கில் கழிகளால் தடுத்திருந்தார்கள். இந்தப் புறாக்கூட்டுக்கே நளாயினி தன் புலமைப்பரிசில் பணத்தின் பெரும்பகுதியை வாடகையாகச் செலுத்த வேண்டியிருந்தது. யப்பானுக்குப் புறப்படும்போது யாரும் இத்தகைய இடர்பாடுகள் பற்றி அவளுக்குச் சொல்லவில்லை. இங்கு படிக்க வாய்ப்புக் கிடைத்தபோது சொர்க்கத்தின் வாயில் திறந்ததாகவே நளாயினி துள்ளினாள். பளபளக்கும் அழகிய கார்களும் நுட்பமான எலெக்ரோனிக் சாமான்களும் வலுவான பொருளாதாரமும்தான் அவள் யப்பானைப் பற்றி அறிந்து வைத்திருந்தவை.

நளாயினியின் வதிவிடம், தொழிலாளர் வாழும் பகுதியில் அமைந்திருந்தது. அங்குள்ளவர்கள் உழைப்புகளுக்கும் கஷ்டங் களுக்கும் இடையே வாழ்ந்து பழக்கப்பட்டவர்கள். இருபதடிக்குப் பத்தடி விஸ்தீரணமுள்ள குடியிருப்புகளிலே தொழிலாளர்கள் முணுமுணுப்பின்றி வாழ்ந்தார்கள். குளியல் அறையில்லாத வீடுகள் ஏராளம். அந்தக் குறைபாட்டினைப் பாராட்டாது, இயல்பாக அவர்கள் வாழ்ந்ததுதான் நளாயினிக்கு ஆச்சரியமாக இருந்தது. குடியிருப்பினுள்ளே எடுத்துச் செல்லக்கூடிய பிளாஸ்ரிக் தொட்டிகளில் தண்ணீரை நிரப்பி அதற்குள் குந்தி இருந்து குளித்துக்கொள்வார்கள். சம்பிரதாய முறைப்படி முதலில் வீட்டுத் தலைவனின் முறை. பின்னர் பிள்ளைகள் குளிப்பார்கள். இறுதியில் வீட்டுத் தலைவி, அவர்கள் அனைவரும் குளித்த

கள்ளக் கணக்கு

தண்ணீரில் தன் உடம்பைச் சுத்தம் செய்துகொள்வாள். தண்ணீரை வீணாக்காத முறைதான் இதுவென்றாலும், இத்தகைய 'காக்கா' குளிப்புக்கு நளாயினி பழக்கப்பட்டவளல்ல. இதனால் அவள் பெரும்பாலும் பல்கலைக்கழகக் குளியல் அறையில் ஆசைதீரக் குளித்துக்கொள்வாள்.

மணி பத்தைத் தாண்டிவிட்டது. வழமையாக எட்டு மணிக்குப் படிக்கவரும் கெய்கோ இன்னமும் வரவில்லை. நளாயினி பாயை விரித்துப் படுக்கைக்குத் தயாரானாள். முன்கதவு தட்டப்படும் சத்தம் கேட்டது. நளாயினி கதவைத் திறந்தாள். கெய்கோ நின்றாள். மன்னிப்புக் கேட்கும் பாவம் முகத்தில் அப்பியிருந்தது. வீட்டில் அதிக வேலைகள்போலும். படிக்க வரச் சுணங்கிவிட்டது. யப்பானியர்கள் கணக்குச் செய்யப் பாவிக்கும் *'Sorban'* எனப்படும் மணிகள் கோர்க்கப்பட்ட மரத்தாலான மணிச் சட்டம், புத்தகங்கள் சகிதம் வந்திருந்தாள். யப்பானிய வழக்கப்படி முட்டிபோட்டுக் குதிகளில் பிட்டத்தைத் தாங்கி, அறையின் நடுவேயுள்ள குட்டையான மேசையின் முன் அமர்ந்துகொண்டாள்.

கெய்கோ வழமைபோல இன்றும் சிக்கலான கணக்குகள் நிறையவே வைத்திருந்தாள். சூழல்பாடத்திலும் வீட்டு வேலைகள் உண்டு. அத்துடன் தினமும் ஐம்பது புதிய ஆங்கிலச் சொற்களை யாவது மனனம் செய்ய வேண்டுமென்ற பழக்கத்தையும் மேற்கொண்டிருந்தாள். அவளது ஆசையெல்லாம் பல்வேறு மொழிகளில் பாண்டித்தியம் பெற்று வெளிவிவகார இலாகா ஒன்றில் பணியாற்ற வேண்டுமென்பதே. அதற்கான வெறியும் வேகமும் அவளின் படிப்பில் தெரிந்தது. மணிச்சட்டத்தைப் பயன்படுத்தி கெய்கோ கணக்குகளைச் செய்யத் துவங்கினாள்.

நளாயினி யப்பான் வந்த புதில் யப்பானியர்கள் தேனீக்களைப் போன்று சுறுசுறுப்பாக உழைப்பதும், கலாசார விழுமியங்களுக்கு மதிப்பளித்து வாழ்வதும் மிகவும் பிடித்துப் போயின. இருப்பினும் எலெக்ரோனிக் யுகத்தின் உச்சத்தை அடைந்துள்ள நாட்டில், பலர் கல்குலேற்றர்களை நாடாது இன்னமும் *'Sorban'* என்னும் மணிச்சட்டத்தைப் பாவிப்பது நளாயினிக்கு ஆச்சரியம் தந்தது. இதுபற்றி கெய்கோவிடம் கேட்டாள்.

'என்னதான் விதம்விதமான இயந்திரங்களை நாம் உற்பத்தி செய்தாலும் யப்பானிய சமூகம் பழைமை பேணவும் விரும்புகிறது. இதனால்தான் ஆரம்பப் பாடசாலைகளில் *'Sorban'* பாவித்துக் கணக்குச் செய்ய, கற்றுத் தருகிறார்கள்' என்றாள் கெய்கோ, நாட்டுப்பற்றும் கலாச்சார ஈடுபாடும் தொனிக்க.

வழமைபோல நாளையும் கெய்கோவுக்கு காலை ஏழுமணிக்குப் பாடசாலை துவங்கும். ஐந்து மணிக்கு எழுந்தால்தான் வீட்டு வேலைகளை முடித்துப் பாடசாலைக்குச் செல்லலாம். இன்றைய வீட்டுப்பாடங்களை முடிக்க நிச்சயம் நள்ளிரவைத் தாண்டிவிடும். அவளின் சிறிய கண்கள் அசதியினால் மேலும் சிவந்து இருந்தன. சப்பையான தன் முகத்தைப் பஞ்சு விரல்களினால் அடிக்கடி அழுத்தி 'மசாஜ்' செய்தவாறே, தான் செய்த கணக்குகளை மீளாய்வு செய்துகொண்டிருந்தாள். கெய்கோவைப் பார்க்க நளாயினிக்குப் பரிதாபமாக இருந்தது. களைப்பைப் போக்க யப்பானிய பச்சை தேநீர் தயாரித்து வந்து அவள் முன் அமர்ந்து கொண்டாள். கெய்கோவின் வீட்டுப்பாடம் அவளது வயதுக்கும் தரத்துக்கும் அதிகமானதாகவே நளாயினிக்குத் தோன்றியது. யப்பானியக் கல்வித்திட்டம் மிகத் தரமானவர்களை வடித் தெடுக்கும் வகையில் கடினமாக்கப்பட்டிருப்பதையும் அவள் அறிவாள்.

'வீட்டுப்பாடத்தை முழுதாக முடிக்காமல், நாளை வகுப்புக்குப் போனால் என்ன நடக்கும்..?' என நளாயினி யப்பானியப் பாடசாலைகளின் நடைமுறைகள் பற்றி அறியும் ஆவலில் கேட்டாள்.

'முடிக்காமல் போவதா..? உங்கள் நாட்டில் நீங்கள் அப்படியும் செய்வதுண்டா?' என விசித்திரமாக நளாயினியைப் பார்த்துக் கேள்விகளைத் தொடுத்தவள், நேரத்தை வீணாக்காது தேநீரை அருந்தியவண்ணம் ஆங்கிலச் சொற்களை மனனம் செய்ய ஆரம்பித்தாள்.

கெய்கோ எதிர்பார்த்திருந்த போட்டிப் பரீட்சையும் நெருங்கியது. யப்பானிய ஆரம்பப் பாடசாலைகளின் இறுதி ஆண்டில் இத்தகையப் போட்டிப் பரீட்சைகள் மூலம்தான் மாணாக்கரைத் தரம் பிரிப்பார்கள். எல்லோரும் விரும்பியபடி பல்கலைக்கழகத்துக்கோ தொழில்நுட்பக் கல்லூரிகளுக்கோ செல்வது இயலாத காரியம். இவர்களின் தலைவிதி இவ்வாறு ஆரம்பப் பாடசாலைகளிலேயே தீர்மானிக்கப்படுவது முறைதானா என்ற கேள்வி, வந்த நாள் முதல் நளாயினியின் மூளையைக் குடையும் விடையங்களில் முதன்மையானது. இது குறித்துப் பல்கலைக்கழக அதிகார வட்டத்தினரிடமும் பேசியிருக்கிறாள். இருப்பினும் இதுபற்றிய நேர்மையானதும் தெளிவானதுமான விளக்கங்களை யாராலும் தர முடியவில்லை.

பரீட்சையை எதிர்நோக்கி கெய்கோ நித்திரையையும் மறந்து தீவிரமாகப் படித்துக்கொண்டிருந்தாள். பாடங்களில் விளக்கம்

கேட்க நளாயினியின் வீட்டுக்கும் அடிக்கடி வந்து போனாள். இதனால் இவர்களிடையே உள்ள நட்பு மேலும் கனிந்தது.

யப்பானியச் சிறார்களில் அதிகமானோர் பரீட்சைக் காலங்களில் ஒருவகை மன அழுத்தங்களினால் பாதிக்கப்பட்டிருப்பர். பரீட்சை பற்றிய பயம் இயல்பாகவே கெய்கோவையும் பீடித்திருந்தது. இதனால் அவள் பரீட்சையில் வெற்றி பெற வேண்டுமென, நளாயினி தான் வணங்கும் இந்துக் கடவுள்கள் எல்லோரிடமும் வேண்டிக்கொண்டாள்.

பரீட்சை முடிந்தது!

செய்த உதவிக்கு நன்றி தெரிவித்து கெய்கோ தன் கைப்படத் தயாரித்த அழகான வாழ்த்து மடல் ஒன்றைத் தங்கை சடகோவிடம் கொடுத்தனுப்பியிருந்தாள். மன அழுத்தங்களிலிருந்து விடுபட அவளுக்கு ஓய்வுதேவை என்ற எண்ணத்தில் நளாயினியும் அவளது வீட்டுக்குப் போய்த் தொந்தரவு செய்ய விரும்பவில்லை.

அன்று மாலை பல்கலைக்கழகம் போகவென நளாயினி வீதியில் இறங்கினாள். கெய்கோ வீட்டுவாசலில் அயலவர்கள் கூடி நிற்பது தெரிந்தது.

கெய்கோ போட்டிப் பரீட்சையில் வெற்றி பெற்றுவிட்டாளோ..?

அறியும் ஆவலில் 'கெய்கோ எங்கே..?' என வாசலில் நின்ற கெய்கோவின் தந்தை கமாடாவிடம் கேட்டாள். கமாடா எதுவும் பேசாது தலையைக் குனிந்துகொண்டார். கெய்கோவின் தம்பியைத் தன்மடியில் வைத்திருந்த கிமோனா அணிந்த யப்பானியப் பெண் ஒருத்தி, நளாயினியைத் தனியாக அழைத்துச் சென்று,

'பரீட்சையில் தோல்வியுற்றதால் கெய்கோ, இரவு தூக்கு மாட்டி தற்கொலை செய்துகொண்டாளாம். அவளின் உடலை அவளது தந்தை பணிபுரியும் தொழிற்சாலை நிர்வாகம் வழமை போல அப்புறப்படுத்தி விட்டதாம். அவர்களே அனைத்துச் செலவுகளையும் பொறுப்பேற்றுச் செய்வார்களாம். இன்று மாலை சவஅடக்கம் நடைபெறும்' என சகல விபரங்களையும் சொன்னாள்.

நளாயினிக்கு வாய்விட்டு அழவேண்டும் போல் இருந்தது. அடக்கிக்கொண்டாள். சிறிது நேர மௌனத்தின் பின் தன்னைச் சுதாகரித்துக்கொண்டு 'தங்கை சடகோ எங்கே..?' எனக் கேட்டாள்.

'பாடசாலைக்குச் சென்றுவிட்டாள்', என வெகு இயல்பாகவே அந்த யப்பானியப் பெண்மணி பதிலளித்தாள்.

கெய்கோவின் முகத்தை ஒரு தடவை பார்க்க வேண்டும் போல் இருந்தது. எங்கே அவளது இறுதிச்சடங்கென தந்தை கமாடாவிடம் கேட்டாள்.

'தொழிற்சாலைக்கு அருகிலுள்ள சவச் சாலையிலே, இன்று இரண்டாவது சிப்ட் முடிந்தவுடன் நடைபெறும். வேலை முடிந்தவுடன் மாலை ஆறுமணிக்கு நான் சவ அடக்கத்துக்கு வந்துவிடுவேன். நீங்களும் அங்கு வாருங்கள்' என்றார் கமாடா கண்களில் நீர் ததும்ப.

வழமைபோல இன்று மாலை சவ அடக்கத்தின் பின்னர், கெய்கோவின் பெயரும், இம்மாதத் தற்கொலைப் பட்டியலில் பத்தோடு பதினொன்றாகப் பதிவு செய்யப்படும். மறுகணம் யப்பானின் அதிநவீன இணையத்தில், உயிர் ஒன்று புள்ளி விபரக் கணக்காகிவிடும்.

ஓட்டு மரங்கள்

பென்னாம் பெரிய டிரக் வண்டி, மெதுவாக வந்து *'Cul-de-sac'*இல் நின்றது.

அங்கு விளையாடிக்கொண்டிருந்த சிறார்கள் 'பெரிசைக்' கனம் பண்ணும் பவ்வியத்தில் நடைபாதையில் ஏறிக்கொண்டார்கள்.

ஆஸ்திரேலியக் குடியிருப்புக்களின் உள்வீதிகள் சில *'Cul-de-sac'* எனப்படும் முட்டுச் சந்தாக முடிவடையும். அது அரிசி மூட்டையொன்றின் அடிப்பாகம் போல வளைந்தும் பெருத்தும் காணப்படுவதால் இப்பெயர் வந்திருக்கலாம். இத்தகைய வீதிகளின் அந்தலையில் வாகன நடமாட்டம் குறைவு. இதனால் அப்பகுதியில் வாழும் சிறார்கள், அதனை விளையாட்டு மைதானமாகப் பாவிப்பார்கள்.

சாரதியின் இருக்கைப் பகுதிக்கும் பின் பெட்டிக்குமிடையில் செங்குத்தாக, வானை எட்டிப்பார்த்து நிமிர்ந்து நிற்கும் இரும்புக் குழாய், புகையை வளையங்களாகக் கக்கிக்கொண்டிருந்தது. அந்த வளையங்களை விரல்களை ஒவ்வொன்றாக மடித்து எண்ணி, 'ஆறு' என்று கத்தினாள் அபிராமி ஆங்கிலத்தில்.

'தப்பு, ஐந்தரை!' என மறுப்புச் சொன்னான் ரோனி *(Tony)*.

'எப்படி அரை வரும்?' என அபிராமிக்கு ஆதரவாகக் குறுக்கிட்டான் யோன்.

'கடைசி வளையத்தின்போது என்ஜினை நிற்பாட்டி யாயிற்றே.. !' நாக்கு நுனியைச் சிறிது வெளியே தள்ளி 'கெக்கே' காட்டினான் ரோனி.

இவர்கள் அனைவரும் அருகிலுள்ள ஆரம்பப் பாடசாலையில் ஒன்றாகப் படிப்பவர்கள். அடுத்த தெருவில் வசிக்கும் பீட்டரும் ஜேம்ஸூம் *'Cul-de-sac'*இல் சேர்ந்துகொண்டால் மாலை வேளையில் ஒரே கும்மாளம்தான்.

ஆஸ்திரேலிய நியூ சவுத் வேல்ஸ் மாநிலத்தின் ஆரம்பப் பாடசாலைகளில் அதிபுத்திசாலி மாணாக்கரை தேர்ந்தெடுக்க, நாலாம் வகுப்பில் மாநில அளவிலே போட்டிப் பரீட்சைகள் நடக்கும். பரீட்சையில் தெரிவு செய்யப்படும் மாணாக்கருக்கான *opportunity Class* எனப்படும் பிரத்தியேக வகுப்புக்கள், சில ஆரம்பப் பாடசாலைகளில் நடாத்தப்படும். யோனும் அபியும் இத்தகைய வகுப்பொன்றில் படிக்கிறார்கள். ரோனிக்கு எப்போதும் விளையாட்டிலேயே ஆர்வமதிகம். அவன் அதே பாடசாலையில் சாதாரண வகுப்பில் படிக்கிறான்.

'Hi, Is your mum at home.. ?' எனக் கேட்டவாறே சாரதி ஆசனத்தில் இருந்து கீழே குதித்தான் அல்பேட்.

யோனின் (John) பதிலை எதிர்பார்க்காமல் 'பியர் கேஸ்' ஒன்றைக் கீழே இறக்கியவன் பெட்டியைப் பிரித்துப் போத்தல்களைக் குளிர்ப் பெட்டிக்குள் வைக்குமாறு கூறினான்.

அல்பேட் வந்தால் திருவிழாதான். போகும்வரை தொடர்ந்து பல நாட்கள் யோன் வீட்டில் பார்ட்டியும் கும்மாளமும்தான். இந்த நாள்களில் யோன் அதிகம் விளையாட்டில் கலந்துகொள்வ தில்லை. அவனுக்கென்றே வீட்டில் பல தொட்டாட்டு வேலைகள் காத்திருக்கும்.

யோன் உள்ளே சென்றதும் சிறுவர்களின் விளையாட்டு குழம்பிப்போனது. அபி வீதியை வெறுமனே பார்த்துக்கொண் டிருந்தாள். வேலையால் அன்று நேரத்துடன் வந்த அபிராமியின் அம்மா இவை அனைத்தையும் படுக்கை அறை யன்னலூடாகப் பார்த்திருக்கவேண்டும். 'அபி . . .' என்று அம்மா உரத்துக் கூப்பிடுவதற்கும் அப்பாவின் கார் *'Drive way'*இல் நுழைவதற்கும் சரியாக இருந்தது.

'டிரக்கைப்' பார்த்ததும் அப்பாவுக்கு 'மூட்' அவுட் ஆகிவிடும் என்பதை அபி அறிவாள். அவள் எதிர்பார்த்தவாறே *'Bloody nuisance'* என அல்பேட்டையும் அவனது 'டிரக்' வண்டியையும்

சபித்தவாறே அப்பா வீட்டிற்குள் நுழைந்தார். அல்பேட் அங்கு 'டிரக்' நிறுத்துவதை அப்பா விரும்புவதில்லை. இதனால் வீட்டின் பெறுமதி குறைந்துவிடுமென்பது அப்பாவின் அபிப்பிராயம்.

'அபியை நீங்கள்தான் கேளுங்கோ. எந்த நேரமும் றோட்டிலை, வெள்ளைக்காரப் பெடியன்களோடை குதியன்குத்திறாள்.' வழமையான அம்மாவின் முறைப்பாடுதான் இது. அப்பா எதுவும் பேசவில்லை. நேரே மாடிக்குப் போய்விட்டார். நீண்டகால இடைவெளியில், அதுவும் ஆஸ்திரேலியா வந்த பின் பிறந்ததினால் அபி, அப்பாவின் செல்லம்.

'நீங்கள்தான் அவளுக்குச் செல்லம் குடுக்கிறது. அவளைக் கண்டிச்சுப் போடாதேங்கோ. இந்த வயதிலைதானே சங்கீதா இங்கை வந்தவள். வெள்ளைக்காரக் குஞ்சுகளோடையே சுத்தித் திரிஞ்சவள்? அபியாலே பின்னுக்கு ஏதேன் பிரச்சனை வந்தால் அதுக்கு நான் பொறுப்பில்லை. இப்பவே சொல்லிப் போட்டன்...' எனப் பல்லவி பாடியவாறே அப்பாவைப் பின்தொடர்ந்தார் அம்மா.

இந்த வீட்டிற்கு அபி குடும்பம் சென்ற ஆண்டுதான் வந்தது. அப்பாவுடன் வேலை செய்யும் வெள்ளைக்காரன் ஒருவன் சில ஆண்டுகளுக்கு முன்பு இந்த வீட்டினைக் காணி வாங்கிப் புதிதாகக் கட்டியிருந்தான். அமைதியான சூழலிலே படுக்கை அறைகளை மாடியிலே சுமந்துகொண்டிருந்த அழகிய வீடு. இத்தகைய ஒரு வீடு பற்றி அபியின் அப்பா கனவு கண்டுகொண்டிருந்தாரேயொழிய தனக்குச் சொந்தமாக வாய்க்கலாம் என்று நினைத்துப் பார்த்த தில்லை. வீட்டைக் கட்டிய வெள்ளைக்காரன் வேலைமாறி அடுத்த மாநிலத்துக்குப் போக இருந்ததால் அவசரமாக காசு தேவைப்பட்டது. வீட்டினைக் கொள்விலைக்கே விற்கப் போவதாக கந்தோரில் அறிவித்திருந்தான். இவ்வாறுதான் அந்த வீடு அவருக்கு வாய்த்தது. வீட்டின் அமைப்பையும் பின் வளவிலே இருந்த விஸ்தாரமான காணியையும் பார்த்த அம்மா, திறந்தவாயை மூடவில்லை. பிள்ளைகளின் படிப்பிற்கான அநுகூலங்களையும் அம்மா விசாரித்து அறிந்துகொண்டார். மூத்த மகள் சங்கீதா, பல்கலைக்கழகத்தில் படிக்கிறாள். சங்கீதாவின் பல்கலைக்கழகத்துக்கும் அம்மாவின் அலுவலகத்துக்கும் அடுத்த தெருவில் நேரடி பஸ்கள் கிடைப்பதும் வசதி. சின்னவள்தான் அபி. பத்து வயசு வித்தியாசம். அவள் படிக்கும் ஆரம்பப் பாடசாலையும் அருகில்தான். இத்தகைய அனைத்து வசதிகளையும் கொண்ட அந்தச் 'சொர்க்க' வீட்டிற்கு உறுத்தலாக வந்து சேர்ந்தான் 'டிரக்கி' அல்பேட் என்பது அம்மாவின் ஆத்திரம்.

அபியின் அம்மா அல்பேட்டை எப்போதும் 'டிரக்கி' என்றே குறிப்பிடுவார். டிரக் வண்டியோட்டுபவர்கள் அனைவரும் முரடர்கள், பெண்கள் விடயத்தில் பொல்லாதவர்கள் என்பது அம்மாவின் அபிப்பிராயம்.

அல்பேட் பலசாலி, வாட்டசாட்டமானவன். கடா மீசை. தோல் தெரிய தலையை மழித்திருப்பான். பெண்களின் கவர்ச்சிகரமான தோற்றங்களைத் தனது பரந்த மார்பிலும் கைகளிலும் பச்சைக் குத்தியிருந்தான். இவை அம்மாவுக்கு அவன்மீது வெறுப்பினை அதிகரிக்க உதவின. அவனது தோற்றம் நாகரிகவானுக்கு உரியதல்லவாயினும், அவன் அயலவர்களுடன் கனவானாகவே நடந்துகொண்டான். டிரக்கை நிறுத்திவைக்கும் காலங்களில், யோன் வீட்டில் அடைபட்டுக் கிடப்பான். ஆனாலும் அவனைப்பற்றிய மேலதிக விபரங்கள் திரட்டுவதிலும் 'விடுப்பு' பார்ப்பதிலும் அபியின் அப்பாவும் அம்மாவும் அதீத அக்கறை செலுத்துவது, அபியின் பிஞ்சுமனசுக்குத் தோதுப்படவில்லை.

அபியைப் போன்ற சிறார்கள் மத்தியில் அல்பேட் ஒரு ஹீரோ. இரண்டு மூன்று பெட்டிகளை ஒன்றன்பின் ஒன்றாக இணைத்த பென்னாம் பெரிய தொடர்வண்டிகளை ஓட்டுவது லேசுப்பட்ட விஷயமில்லை. சிறந்த பயிற்சியும் பிரத்தியேக லைசென்சும் தேவை. இத்தகைய டிரக் வண்டிகளே ஆஸ்திரேலிய பெரு நிலப்பரப்பின் வெவ்வேறு மாநிலங்களுக்கிடையே உணவையும் பொருள்களையும் எடுத்துச்செல்வன. வீதி வளைவுகளில் தொடர்வண்டியை அல்பேட் லாவகமாகத் திருப்புவதைக் காண சிறுவர் கூட்டம் எப்போதும் காத்திருக்கும். இத்தகைய வல்லமை பொருந்திய அல்பேட்டை ஏன் அப்பாவும் அம்மாவும் வெறுக்க வேண்டுமென்பதையும் அபியால் விளங்கிக்கொள்ள முடியவில்லை.

அபியின் அம்மா இன்னமும் தான் பிறந்து வளர்ந்த மண்ணின் அருமை பெருமைகளை சுவாசித்தே வாழ்கிறார். இந்த வீட்டிற்குக் குடியேறும்போது பழைய வீட்டிருந்து கறிவேப்பிலை மரத்துடன், மாமரம், வாழைமரம், மல்லிகை, கனகாம்பரம் என வேருடன் கிளப்பக்கூடிய மரங்களையெல்லாம் மண்ணுடன் கிளப்பிக்கொண்டே வந்திருந்தார். காசைக் காசென்று பார்க்க வில்லை. அந்த மரங்களை உரிய முறையிலே நாட்டுவதற்கு அப்பாவும் இரண்டு நாள் லீவு எடுத்திருந்தார். அம்மாவின் ஆசை பிழைக்கவில்லை. ஒரு வருடத்தில் வளவின் பின்புறத்தே குட்டி யாழ்ப்பாணம் துளிர்த்து உருவானது. அம்மாவின் விரல்கள் *'Green fingers'* எனவும் நிரூபணமாகியது. கறிவேப்பிலை உட்பட சகல மரங்களும் சேட்டமாக வளர்ந்தன. பின் வளவின்

அந்தலையில் வெள்ளைக்காரன் நட்டுவைத்த 'யூக்கலிப்ரஸ்' மரம் கிளைவிட்டு வளர்ந்திருந்தது. ஆஸ்திரேலிய நாட்டுக்கே உரித்தான யூக்கலிப்ரஸ் மரங்களை வெட்டி அப்புறப்படுத்துதல் லேசுப்பட்ட காரியமில்லை. கவுன்ஸிலின் அனுமதி பெறபடாத பாடுபடவேண்டும். அதனால் அது பிழைத்து நின்றது.

சீமந்தினால் ஆன '*Garden bench*' ஒன்று பின்வளவில் இருந்தது. அதன் அருகிலேயே கறிவேப்பிலை மரம் நாட்டப்பட்டிருந்தது. அபியின் பெற்றோருக்கு அவ்வப்போது அது போதிமரம் போன்று பயன்படும். எத்தனையோ ஞானங்கள் கறிவேப்பிலை மரத்தடி வாங்கில் அமர்ந்தபோதுதான் ஏற்பட்டிருக்கின்றன. வாங்கில் அமர்ந்து ஓய்வெடுத்து ஊர் வம்பளக்கவும் அவர்களுக்கு அது பெரிதும் உதவியது.

அதி புத்திசாலி மாணாக்கருக்கான வகுப்பில் அபியுடன் யோனும் படிக்கிறான் என்பது ஆரம்பத்தில் அபியின் அம்மா வுக்கு, மகா புதினமாகத் தோன்றியது. 'ஒரு டிரக்கியின் மகனுக்கு, இந்தளவு அரையண்டத்துக்கு மத்தியில் கல்வியில் அக்கறையும் வெற்றியும் கிடைக்குமா?' என்று அபியின் அம்மா வாயைப் பிளந்தார்.

'யோன், டிரக்கியின் மகன் இல்லையாம். அவன்ரை தகப்பன் வேறை யாரோ. அவனை விட்டிட்டு இவளிப்ப, இரண்டு வருஷமாய்தான் அல்பேட்டோடைக் கூடி இருக்கிறாளாம்.'

'முதல் புருஷனை ஏன் விட்டவளாம்?'

'ஆருக்குத் தெரியும்? அதுகளின்ரை சீவியம் ஒரு கிலிசகெட்ட சீவியம்தானே?'

'இதனால்தான் அபியை அவங்களோடை விளையாட விடக்கூடாது என்று தலையை உடைக்கிறன்' எனப் பல்லவியை ஆரம்பித்தார் அம்மா.

நிலமையைச் சுமுகமாக்க அப்பா சங்கீதாவின் பேச்சைத் துவங்கினார். அவள் பற்றிய சமாச்சாரங்களும் பெரும்பாலும் இந்த வாங்கிலேதான் பேசப்படும். வீட்டுக்குள் பேசினால் 'அதுகளின்' செவிகளில் விழுந்துவிடுமென்ற பயம்.

சங்கீதா சாடைமாடையாக ராகவனில் ஆசைப்படுகிறாள் என்பதை அம்மா அறிந்திருந்தார். ராகவன், சுந்தரம் மாமாவின் மூத்த மகன். சுந்தரம் மாமா சிட்னியில் செல்வந்தர்கள் வாழும் பகுதியில் வசிப்பவர். அவரும் அப்பாவும் முன்பு கொழும்பில் ஒரு அலுவலகத்தில் பணிபுரிந்தவர்கள். அம்மாவுக்குத் தூரத்து உறவும்.

அந்த நட்பையும் உறவையும் பிறந்த நாள் விழாக்களுக்கான அழைப்புக்கள் மூலம் அப்பா சிட்னியிலும் தொடர்ந்தார்.

சுந்தரம் மாமாவின் இளைய மகன் சரவணன் அபியின் வகுப்பில் படிக்கிறான். மற்றவர்களைச் சீண்டுவதிலே மகா சுகம் காண்பவன். வெள்ளைக்காரப் பிள்ளைகளிடம் வாலாட்ட அவனுக்குப் பயம். அபிராமி கொஞ்சம் பயந்த சுபாவம். இதனால் அபியிடம் தன் கைவரிசையைக் காட்டுவான். அப்பொழுதெல்லாம் யோன், அபிக்கு உதவுவான். கால ஓட்டத்தில் அபியின் அபிப்பிராயத்தில் யோன் நல்ல நண்பனாய் உயர்ந்தான்.

ராகவன் மருத்துவம் படிக்கும் பல்கலைக்கழகத்தில்தான் அக்கா சங்கீதாவும் பொருளாதாரம் படிக்கிறாள். இப்பொழுது சில காலமாக ராகவன் தன் ஸ்போட்ஸ் மொடல் காரில் சங்கீதாவை வீட்டில் கொண்டுவந்து இறக்கிவிடுகிறான். இடையிடையே சங்கீதா அவனுடன் பார்ட்டிக்கும் போய் வருகிறாள். அடிக்கடி தன்னை அழகுபடுத்திக் கண்ணாடியில் முகம் பார்த்துத் தனக்குத்தானே கதைத்தும் கொள்கிறாள். மொத்தத்தில் ராகவனின் நட்பு சங்கீதாவை ஆகாயத்தில் பறக்க வைத்தது. இந்தத் திருப்பம் அம்மாவுக்கு உள்ளூர மகிழ்ச்சி தந்தது. காதல் என்றாலும் தமிழ்ப் பையனுடன், அதுவும் விரைவில் டாக்டராகப் போகிறவனுடன் . . .

இந்த தொடர்பு சம்மந்தமாகவும் கறிவேப்பிலை மரத்தடி வாங்கில் அமர்ந்து அம்மாவும் அப்பாவும் பேசிக்கொண்டார்கள்.

'இது சரிவந்தால் நல்ல சம்மந்தப்பா . . ., பொடியனைக் கொஞ்சம் அணைச்சு வை . . .'

'நீங்கள் சொல்லித்தான் இதெனக்குத் தெரியவேணும். பொடியனுக்கு தோசை விருப்பமெண்டு சங்கீதா சொன்னவள். அதுதான் சனிக்கிழமை தோசை சுட்டனான். அன்ரியின்ரை தோசை நல்லாய் இருக்குதெண்டு, கட்டியுமெல்லே கொண்டு போனவன்.'

'அப்ப அடுத்த சனிக்கிழமையும் . . .'

'நான் விடுவனே? எல்லா அடுக்கும் செய்து போட்டன்.

நேற்றும் சங்கீதாவைக் கொண்டுவந்து விடேக்கை 'எப்ப அன்ரி அடுத்த தோசை?' எண்டு முசுப்பாத்தி போலக் கேட்டவன். நாளைக்கு அபியை ரியூஷன் கிளாஸாலைக் கூட்டி வரேக்கை தமிழ்க் கடையிலை மசாலாப் பொடியும் நல்லெண்ணைய்ப் போத்தலும் வாங்கி வாங்கோ . . ., நல்ல சாம்பர் ஒண்டு வைச்சு முறுகல் தோசை சுடலாம்.'

‘சங்கீதா பிறந்த உடனை, எங்கடை அளவெட்டி வினாசித் தம்பி சாத்திரியார் சொன்னவரெல்லே. இவளுக்குக் களத்திர ஸ்தானம் நல்ல உச்சமாய் இருக்கு, திறமான சம்பந்தம் வந்தமையு மெண்டு . . .’

அவர்களைக் கனவுலகிலே சஞ்சரிக்கச் செய்யும் உரையாடலை வேரறுப்பதுபோல, அபி அழுதுகொண்டு பின் வளவுக்கு ஓடிவந்தாள். அவளைத் துரத்திக்கொண்டு வந்த சங்கீதா ‘உந்த வெள்ளைக்காரப் பெடியங்களோடை சேர்ந்து, வயசுக்கு மிஞ்சின ஊத்தைக் கதையளும் பச்சைப் பொய்யும் . . .’ எனப் பொரிந்து தள்ளினாள்.

விசாரணை ஆரம்பமாயிற்று!

விக்கி விழுங்கி சங்கீதா சொன்ன விபரங்களால் அம்மா பத்திரகாளியானார். அப்பாவின் பின்னால் மறைந்து நின்ற அபியின் முதுகில் நாலு அறை விழுந்தது. இந்த விடையத்தில் அபியின் சார்பாக அப்பாவால் பேச முடியவில்லை.

அபியைக் குற்றவாளியாக்கிய சமாச்சாரம் இதுதான்!

அபி பாடசாலைக்குச் செல்லும் வழியில் ராகவனின் காரை அடிக்கடி பார்த்திருக்கிறாள். அவனையும் அவனது சிவப்புநிற ஸ்போட்ஸ் மொடல்காரையும் அபிக்கு நல்லாய்த் தெரியும். அந்தக் காரிலே, அவன் பக்கத்திலே, அக்கா சங்கீதா வருகிறாளா என அவள் அக்கறையுடன் பார்ப்பாள். அடிக்கடி ராகவனுடன் பலவேறு இனப் பெண்களும் உல்லாசப் பவனி வருவதைப் பார்த்திருக்கிறாள். அவனுக்கு அத்தனை *Girl-friends* இருந்தால் அக்கா சங்கீதாவின் நிலைமை என்ன என்று அந்தப் பிஞ்சு மனம் அக்கறைப் பட்டிருக்கிறது. ஆஸ்திரேலிய சூழலில் பிறந்து, திறந்த சமுதாயக் கட்டமைப்பில் வளரும் அபிக்கு ராகவன் அக்காவை ஏமாற்றுகிறான் என்பது விளங்காததொன்றல்ல. வஞ்சகமில்லாமல் இதை அக்காவுக்குச் சொல்லப் போய்த்தான் ‘பொய் சொல்லிப் பழகாதை . . .’ என்று அக்கா காதைத் திருகி, இறுக்கிக் குட்டினவளாம்.

‘இவளை *after school class*க்கு அனுப்பினால்தான் ஒழுங்காக வருவாள் . . .’ என அம்மா ஒப்பாரி வைக்கத் துவங்கிவிட்டார்.

கோடை வந்தது!

அதனை எதிர்பார்த்து இளவேனில் காலத்தில் நட்ட ‘யாழ்ப்பாணத்து’ மரக்கறிகள் பின் வளவில் காய்த்துக் குலுங்கின. தென்புற மூலையில் நட்ட மொந்தன் வாழையும் குலை தள்ளியிருந்தது. புடலங்கொடியொன்று அதற்கெனப்

போடப்பட்ட பந்தலிலிருந்து இயல்பாகவே விலகி, யூக்கலிப்ரஸ் மரத்தைப் பற்றிப் படரத் தொடங்கியது. மட்டுவில் முட்டிக் கத்திரிக்காயின் புகழ், நண்பர்கள் வட்டாரத்திலும் அம்மாவின் கந்தோரில் வேலை செய்யும் தமிழ்ப் பெண்கள் மத்தியிலும் பரவியது.

'யாழ்ப்பாணத்தில் வாங்கிச் சாப்பிட்டது போலத்தான் . . .' என்ற பெருமை லேசுப்பட்டதல்ல. அதனால் அப்பாவும் தோட்டத்தின் அபிவிருத்தியிலே அதிகக் கவனம் செலுத்தினார்.

மட்டுவில் முட்டிக் கத்திரிக்காய் என்றால் அடுத்த தெருவில் வசிக்கும் மரகதம் பாட்டிக்கு உயிர். அவர் மட்டுவிலில் பிறந்து வளர்ந்தவர். அப்பாவுக்கு மாமி முறை. கத்தரிக்காய்க்காகவே சுகநலம் விசாரிப்பதாகப் பாவனை பண்ணிக்கொண்டு அடிக்கடி வீட்டிற்கு வருவார். அம்மாவுக்கோ அவரைப் பிடிப்பதில்லை.

'கிழவிக்கு வேறை வேலையில்லை. வீட்டுக்கு வீடு திரிஞ்சு ஊர்ப்புதினம் கதைக்கிறதுதான் தொழில். கிழவியின் கண் பட்டுத்தான் கத்தரி முழுக்க சூத்தைக் குத்துது...' என்று பாட்டி போனபின் புறுபுறுப்பார். பாட்டி கேட்கும்போதெல்லாம் கண்ணூறு கழியுமென்று சூத்தை கத்தரிக் காய்களையே அம்மா கொடுத்தனுப்புவார். வருமானவரி இலாகாவில் பணியாற்றும் அம்மா தனது வீட்டுத் தோட்டப் பெருமையைத் தம்பட்டமடிக்க தன்னுடன் வேலை செய்யும் தமிழ் சிநேகிதிகளுக்குப் புடலங் காயும் கத்தரிக்காயும் விநியோகம் செய்வது, தமிழ் வீடுகளுக்கு பொழுதுபோக்கத் திரியும் பாட்டிக்குத் தெரியாததல்ல. இருப்பினும் யாழ்ப்பாணத்து மரக்கறிகளுக்காகவே அம்மா மேலுள்ள வெப்பிசாரத்தை மனசுக்குள் அடக்கிக்கொண்டு பாட்டி அபி வீட்டிற்கு வந்துபோனார்.

வருமானவரி இலாகா சமீபத்தில் அறிமுகம் செய்த ஜீ.எஸ்.ரி. வரிபற்றி விளக்க, அவ்வப்போது சிறுவணிக நிறுவனங்களுக்கு அபியின் அம்மா செல்வதுண்டு. பல சந்தர்ப்பங்களில் காலையில் வீட்டிருந்து நேராக அத்தகைய நிறுவனங்களுக்குச் சென்று பின்னர் அலுவலகம் செல்வது வசதியானது. இந்த வசதி கருதி முதல் நாள் மாலை அலுவலகக் காரை வீட்டிற்குக் கொண்டு வந்திருந்தார். அலுவலகக் காரை ஓட்டுவது பெருமையானது என நினைப்பதும் அம்மா சுபாவம். அதனால் வீட்டின் முன்புறத்தே அரசமுத்திரை தெரிய காரை *Drive way*இல் நிறுத்தியிருந்தார். காலையிலே தன்னுடன் பணிபுரியும் மோனிக்காவையும் ஏற்றிக் கொண்டு சிறுவணிக நிறுவனம் ஒன்றுக்குச் செல்ல வேண்டும். இந்தச் சிந்தனைகளுடன் போவதற்கான வழியைப்பற்றி யோசித்துக்கொண்டு காரை ஸ்ராட் செய்து வீதிக்கு றிவேஸ்

செய்தார். வீட்டில் உள்ள ரெலிபோன் சிணுங்கியது. அது மேலதிகாரியாக இருக்கலாம் அல்லது மோனிக்காவாகவும் இருக்கலாம். இந்தப் பதகளிப்பிலும் அவசரத்திலும் என்ஜினை நிப்பாட்டாமலே *Central lock*ஐ தவறுதலாக அமத்தி அம்மா கார்க் கதவைச் சாத்திவிட்டார். தொலைபேசியில் பேசித் திரும்பிய பொழுதுதான், செய்த பிழை தெரிந்தது. என்ஜின் ஓடிக் கொண்டிருந்தது. கதவைத் திறந்து உள்ளே நுழைய முடியவில்லை. வீட்டில் யாருமில்லை. இனி என்ன செய்வது .. ?

அப்பொழுதுதான் பாடசாலைக்குப் போகவென வீதியில் இறங்கிய யோன், அபியின் அம்மா பதற்றப்படுவதைக் கண்டான். விசயத்தைக் கணப்பொழுதில் புரிந்துகொண்டவன் தன் வீட்டுக்கு ஓடிச்சென்று அல்பேட்டை அழைத்து வந்தான். வரும்பொழுதே நீண்டதொரு கம்பியுடன் வந்த அல்பேட் தீவிர கதியிற் செயற்பட்டு, இரண்டே நிமிடங்களில் கதவைத் திறந்து என்ஜினை நிப்பாட்டினான்.

அப்போதுதான் அம்மாவுக்குப் போன உயிர்திரும்பி வந்தது. 'தாங்ஸ் அல்பேட்' என்று அன்றுதான் அம்மா அவனது பெயரை, முதன்முதலாக உச்சரித்தார். அம்மாவின் நன்றியைப் புன்சிரிப்புடன் ஏற்றுக்கொண்ட அல்பேட் காரை எடுத்து வீதியிலே ஓடத் துவங்கும்வரை ஆதரவாகச் செயல்பட்டான். அவனுடைய செயல்பாடுகள் அனைத்துமே கடமை உணர்வுள்ள ஓர் அயலவன் என்கிற பாங்கில் அமைந்திருந்தது.

சிறிது காலமாகவே சங்கீதா உற்சாகமற்றவளாகக் காணப் பட்டாள். பெரும்பாலும் அறையிலேயே அடைபட்டுக் கிடந்தாள். ராகவன் முன்னர் போல் வருவதும் இல்லை. பரீட்சைக் காலங்களின் *Stress* என அபியின் பெற்றோர்கள் இயல்பாகவே எண்ணிக்கொண்டனர்.

அன்று சனிக்கிழமை. ஆனாலும் விரத நாள். கத்தரிக்காய் சமைப்பது என்று மரகதம் பாட்டி தீர்மானித்து அபியின் வீட்டிற்கு வந்திருந்தார்.

'நியூஸ் பேப்பர் வருகுது' என்று அம்மா அடித்த கொமென்ற் பாட்டிக்குக் கேட்டிருக்கவேணும்.

'உனக்கொரு புதினம் தெரியுமே .. ?' தனது கோபத்தை மறைத்துப் பாட்டி கதையைத் துவங்கினார்.

கிழவி ஏதோ ஊர் விடுப்பு சொல்லப் போகுது என்று அம்மா சிரத்தை காட்டவில்லை. அம்மாவின் அசட்டை பாட்டியின் ஆத்திரத்தைக் கிளறியது.

'உவள் சங்கீதா உங்களுக்கு சொல்லேல்லையே..? இந்தக் கதை யூனிவசிற்றி பெடியள் எல்லாத்துக்கும் தெரியும், உங்களுக்குத் தெரியாதே..? இவன் சுந்தரத்தின்ரை மகன் ராகவனெல்லே, வீட்டுக்கும் தெரியாமல் யூனிவசிற்றியிலைப் படிக்கிற நோத் இண்டியன் பெட்டையை றிஜிஸ்ரர் பண்ணிப் போட்டானாம்.'

அம்மாவின் முகத்தில் ஈயாடவில்லை, உடம்பு இலேசாக நடுங்கியது.

அம்மாவுக்குப் பாடம் புகட்டிய திருப்தியில் கத்தரிக்காயையும் மறந்து பாட்டி வெளியேறினார்.

சில நாட்களாக வீட்டில் ஒருவகை மௌனம் கலந்த இறுக்கம். வீட்டு நிலைமையை உணர்ந்து அபிராமியும் விளையாடப் போகவில்லை. அனைவரும் வீட்டிலேயே அடைந்துகிடந்தனர்.

அன்று விடுமுறை நாள். வாசல்மணி ஒலித்தது. பக்கத்து வீட்டில் வசிக்கும் யோன் அபியை விளையாட அழைக்க வந்திருந்தான். வந்தது தமிழ் ஆட்கள் இல்லை என்று உறுதி செய்துகொண்டு கதவடிக்கு வந்த அப்பா, 'போய் விளையாடன்' என்றார். அம்மாவிடம் சொல்லிவிட்டுப் போவது நல்லதெனப்பட்டது அபிக்கு. அம்மாவைத் தேடி பின்வளவுக்குள் ஓடினாள்.

கறிவேப்பிலை மரத்தடி வாங்கு காலியாக இருந்தது.

வழமைக்கு மாறாக, புடலங்கொடி பற்றிப்படர்ந்த யூக்கலிப்ரஸ் மரத்தின்கீழ் மரக்குத்தியொன்றிலே, அம்மா ஆழ்ந்த சிந்தனையில் அமர்ந்திருந்தார்.

ஆஸ்திரேலியச் சூழலிலே 'யாழ்ப்பாணம் மட்டும்' என்று வேலியடைத்து வாழ்தல் தோதுப்படமாட்டாது என்ற ஞானத்தினை, அம்மா யூக்கலிப்ரஸ் மரத்தின்கீழே பெற்றிருக்க வேண்டும்.

வெள்ளிக்கிழமை விரதம்

பிறந்த மண்ணைவிட்டுப் புதிய வாழ்க்கை ஒன்று தேடும் நீண்ட பயணத்திலே, வெள்ளிக்கிழமை விரதம் போன்ற மண்ணின் பெருமைகளையும் மரபுகளையும் தொலைத்துவிட்டேன் என்கிற வருத்தம் அவருக்குச் சடுதியாக இந்த இருண்ட கண்டத்தில் தோன்றுவதற்குக் காரணம் என்ன?

ஆபிரிக்கப் பல்கலைக்கழகமொன்றில் சிறப்பு விரிவுரை நிகழ்த்தவென வீரசிங்கம் வந்திருக்கிறார். அவரின் விரிவுரைகள் சாரமுள்ளதாகவும் சுவாரஸ்யமானதாகவும் அமையும். அதற்காக அவர் கடுமையாகவும் உழைப்பார். ஆனால் வெள்ளிக் கிழமைகளிலே நடைபெறும் விரிவுரைகளை வெறும் நாற்காலிகளுக்கு ஆற்றும் அவலம். பெண்கள் வரமாட்டார்கள். ஆண்களிலும் நூறு சதவீதம் எதிர்பார்க்க இயலாது. அவரின் விரிவுரைகள் மாணவரைக் கவரவில்லையா? இந்த எண்ணம் அவரை வருத்தியது. அவரின் மனக்குறையை மொறிஸிடம் கொட்டித் தீர்க்கத் துணிந்தார்.

பல்கலைக்கழக நிர்வாகத்தினால், அருகில் உள்ள மூன்று நட்சத்திர ஹோட்டல் ஒன்றிலே அவர் தங்குவதற்கு ஏற்பாடு செய்யப்பட்டிருந்தது. அந்த ஹோட்டல் 'Room boy'யாகப் பணியாற்றுகிறான் மொறிஸ். அத்துடன் அவன் பல்கலைக்கழகத்திலும் சமூகவியல் படிக்கிறான். மொறிஸுடன் உரையாடுவது சுவையானது. சமூகப் பிரக்ஞை உள்ள ஆபிரிக்க இளைஞன். இவற்றுக்கு மேலாக சுறுசுறுப்பான உழைப்பாளி. நாலு மணித்தியால

வேலையை இரண்டே மணித்தியாலத்தில் முடித்துவிடுவான். செய்யும் தொழிலில் ஒரு நேர்த்தியும் நிறைவும் இருக்கும். வேலை முடிந்த மிகுதி நேரங்களில் வீரசிங்கத்தின் அறைக்கு வந்து பேசிக்கொண்டிருப்பான். மாலை நேரத்தில் தனிமையில் இருக்கும் வீரசிங்கத்துக்கு அவன் நல்லதொரு பேச்சுத் துணை. என்னதான் சிநேகிதமாகப் பேசினாலும், பண விசயத்தில் மொறிஸ் கறார் பேர்வழி. ஒற்றிக்கு இரட்டியாகக் கறந்துவிடுவான். உடைகளின் சலவைக்கு, சப்பாத்து மினுக்குதல் போன்ற சேவைகளுக்கு ஹோட்டலில் தனிக் கட்டணம் உண்டு. மொறிஸ் ஹோட்டல் நிர்வாகத்திற்குத் தெரியாமல் இரகசியமாக அவற்றைச் செய்து பணம் சம்பாதித்துக்கொள்வான். அவனுடைய மனிதநேயப் பேச்சுக்களுக்கு முரண்பட்டதாக இருந்தது, அவன் பணம் சம்பாதிப்பதில் காட்டிய தீவிரம். இந்த முரண்பாடு சம்பந்தமாகவும் வீரசிங்கம் சிந்தித்ததுண்டு. விசாரணையில் இறங்கவில்லை.

'மாலைநேர வகுப்புக்களுக்கு வரவு குறைவாக இருக்கிறதே? குறிப்பாக வெள்ளிக்கிழமை மாலை நேர வகுப்புக்களுக்கு, பெண்கள் வருவதில்லை. இது ஏன் . . ? என் விரிவுரைகளில் ஏதாவது குறைபாடு உண்டா?' என தன் மனக்குடைச்சலை அவனிடம் கொட்டினார் வீரசிங்கம்.

அவன் புன்னகைத்தான். அவர் பதிலை எதிர்பார்க்கிறார் என்பதைப் புரிந்துகொண்டு 'உங்கள் விரிவுரைகளுக்கு மாணவர் மத்தியிலே நல்ல வரவேற்பு உண்டு என்பதை நான் அறிவேன். வெள்ளிக்கிழமை மாலை வகுப்புகளுக்குப் பெண்கள் வராமல் இருப்பதற்கும் உங்கள் விரிவுரையின் தரத்திற்கும் எவ்விதச் சம்மந்தமும் இல்லை . . .' என்று கூறி மீண்டும் புன்னகைத்தான். அவனுடைய புன்னகையின் அர்த்தத்தை அவரால் புரிந்துகொள்ள முடியவில்லை.

அன்று சனிக்கிழமை. வீரசிங்கத்தின் வேண்டுகோளுக் கிணங்க சபாரி (*Safari*) பார்க்கப் போக மொறிஸ் ஒழுங்குகள் செய்திருந் தான். பல சதுர மைல்கள் விஸ்தீரணமுள்ள பென்னாம் பெரிய நிலப்பரப்பில், ஆபிரிக்க மிருகங்களை அங்கு சுதந்திரமாக நடமாட விட்டிருந்தார்கள். அவற்றிற்கு ஏற்ப அடர்ந்து வளர்ந்த புற்களும் உண்டு, பற்றைக்காடுகளும் உண்டு. *Four-wheeler* வாகனங்கள் ஓடக்கூடியதான மண்சாலைகளை அமைத்து நகர நாகரிகம் பேணுவது போல அங்கங்கே வழிகாட்டிக் குறிப்புகளும் வைத்திருந்தார்கள். சபாரிக்கு, குளோறியாவை அழைத்து வந்திருந்தான் மொறிஸ். அவளை ஹோட்டல் மதுக்கூடத்தில் ஏற்கனவே பல தடவைகள் வீரசிங்கம் சந்தித்திருக்கிறார். 'கறுப்பும்

அழகிய நிறமே' என்கிற பிம்பத்தினை அவரின் மனதில் முதலில் பதித்தவள் அவள்.

'இவள் என் காதலி' என்று குளோறியாவை மொறிஸ் அறிமுகப்படுத்துவான் என்பது, அவர் சற்றும் எதிர் பார்க்காதது. இதற்குக் காரணம் உண்டு. வீரசிங்கம் அவளைச் சந்தித்த பொழுதெல்லாம் அவள் வேறுவேறு ஆண்களுடன் உல்லாச மாகக் காணப்பட்டாள். அவர்களை முத்தமிட்டு அணைத்துத் திரிந்தாள். இந்த அபூர்வ ஆபிரிக்க அழகியின் அழகு மலிவாகக் கரைந்துகொண்டிருக்கிறதே என வீரசிங்கம் பலமுறை ஆதங்கப்பட்டதுண்டு.

இன்று, அவளை இன்னொரு ஒளியிலே பார்த்தார். மொறிஸுக்காக எதையும் செய்யத் துடிக்கும் காதலியாக இருந்தாள். மிகப் பண்புடனும் புத்தி சாதுர்யத்துடனும் உரையாடினாள். சபாரியில் தென்பட்ட பல்வேறு ஆப்பிரிக்க மிருகங்களைப் பற்றி ரஸனையுடன் விளக்கிக்கொண்டு வந்தவள், சோடிசோடியாக அங்கு 'காதல் லீலை' புரிந்த காண்டா மிருகங்களைச் சுட்டிக்காட்டி 'இவை எமது இனத்தின் காதல் தெய்வங்கள். இவற்றின் கொம்பிலிருந்துதான் ஆண்களுக்கு வீரியம் கொடுக்கும் மருந்து வகைகளைத் தயாரித்துக்கொள்கிறார்கள்' என்று கூறியவள், மொறிஸைக் குறும்பு ததும்ப முழுமையாகப் பார்த்துக் கண்களைச் சிமிட்டினாள்.

அடுத்த நாள் மொறிஸுடன் கிராமப்புறங்களுக்குச் சென்ற பொழுதான் குளோறியா சொன்ன காண்டா மிருகக் கொம்பின் தார்ப்பரியம் விளங்கியது. மொறிஸ் அறிமுகம் செய்த குடும்பத் தலைவர் அங்கு சகல சௌகரியங்களும் நிறைந்த நடுக்குடிலில் இருந்தார். அவரது குடிலைச் சுற்றிப் புல்லால் வேய்ந்த பல்வேறு சிறுகுடில்கள். ஒவ்வொரு குடிலிலும் தலைவர் தன்னுடைய ஒவ்வொரு மனைவியைக் குடியமர்த்தியிருந்தார். அவர் வேலைக்குப் போவதில்லை. அவருடைய முழுநேரப் பணியும் மன்மதக் கலையே. மனைவியர் கடினமாக உழைத்து அவரைப் பூஜித்து வாழ்வதிலே இன்பம் அனுபவிக்கிறார்கள். தலைவரின் குடிலுக்குள் ஆங்காங்கே சின்னதும் பெரியதுமாக காண்டாமிருகக் கொம்புகள் தொங்கின. அந்தக் கொம்புகள்தான் அனைத்து மனைவியரையும் பேசாமடந்தையராக ஆட்டிப்படைக்கின்றன போலும் என வீரசிங்கம் எண்ணிக்கொண்டார். விருந்தினராகப் போன வீரசிங்கம் ஏதாவது பேச வேண்டுமென்பதற்காக 'இது சரியான ஆண் ஆதிக்கமாயிற்றே..? உழைத்துப் பெண்ணைப் பராமரித்தல் ஆணின் கடமை என்பதுதான் பொதுவான நடைமுறை. சமூகவியல் படிக்கும் நீ, இந்தச் சமூக அநீதிக்கெதிராக குரல் கொடுக்க வேண்டாமா?' என்றார் மொறிஸிடம்.

‘இங்கு நடப்பதும் தப்பு, நீங்கள் சொல்லும் ஆண்கள் உழைத்துப் பெண்களுக்கு உணவும் உடையும் அளிக்கும் முறையும் தப்பு. ஆணும் பெண்ணும் சரிசமமாக உழைத்து வாழும் காலம் ஆபிரிக்காவில் மலரவேண்டும். இனம்–குலம்–தலைவன் என்கிற வட்டத்துக்குள் வாழும் இவர்களுடைய கட்டுப்பாட்டை உடைப்பது கடினமானது. இருப்பினும் அது உடைத்தெறியப்பட வேண்டுமென்பதே எனது கொள்கை’ என்ற மொறிஸ், தலைவனின் குடிலுக்குள் சென்ற இளம்பெண்ணைச் சுட்டிக்காட்டி ‘இது இவரது புது மனைவி. இன்று இவளுக்கு முறை. இதே வயதில் இவருடைய மூத்த மனைவியருக்குப் பிறந்த பல மகள்கள் இருக்கிறார்கள். இங்குள்ள மனைவியர் அனைவருமே மணப்பெண் கூலிகொடுத்து வாங்கப்பட்டவர்கள்’ என்றான்.

‘மணப்பெண் கூலியா . . ?’

‘ஆமாம். பெண்ணைப் பெற்றவன், அவளுக்கு உடை உணவு முதலியன அளித்து இதுவரை அவளை வளர்த்து வந்துள்ளான். இப்பொழுது அவள் பயனுள்ள பெண்ணாக வளர்ந்து இன்னொரு ஆணுக்கு உழைக்கப் போகிறாள். எனவே மணமகள் கூலி என்பது ஒரு நஷ்ட ஈடு போல’ என விளக்கினான் மொறிஸ்.

‘இந்திய சமூகத்தில் அப்படி அல்ல. பெண்ணின் தகப்பன் பெண்ணை ஏற்றுக்கொள்ளும் மாப்பிளைக்குச் சீர்வரிசை கொடுப்பார் . . .’

‘இந்தியர்களுடைய திருமணச் சடங்குகளை நான் நன்கு அறிவேன். நான்கூட சிலவேளைகளில் இந்தியனாகப் பிறந்திருக்கக் கூடாதா என்று யோசிப்பதுண்டு’ என்றான் மொறிஸ் சிரித்துக் கொண்டு.

‘ஏன் . . ? உன் குளோறியாவின் அப்பன் உன்னிடம் அவளுக்கு அதிக விலை கேட்கிறானா?’ என்று கேட்டு, வீரசிங்கமும் சிரிப்பிலே கலந்துகொண்டார்.

‘அதை ஏன் கேட்கிறீர்கள்? பணத்தாசை பிடித்த கிழவன். அவனுக்குப் பத்து மகள்கள். அவர்கள் மூலம் தனக்கு எவ்வளவு தொகை வருமென்று கணக்கும் வைத்திருக்கிறான். நான் ஓடிஓடிக் காசு சேர்ப்பது எதற்காக என்று நினைக்கிறீர்கள்?’ என மொறிஸ் பதிலளித்தான். அவன் அதைச் சொன்னவிதம் மிகவும் பரிதாபமாக இருந்தது. இனிமேல் அவன் செய்யும் வேலைகளுக்குக் கொஞ்சம் தாராளமாகவே ‘டிப்ஸ்’ கொடுக்க வேண்டுமென்று வீரசிங்கம் நினைத்துக்கொண்டார்.

சபாரிக்குச் சென்றதிலிருந்து குளோறியா வீரசிங்கத்துடன் கலகலப்பாகப் பழகத் துவங்கினாள். மதுக்கூடத்தில் கூட்டம் குறையும்போதெல்லாம் அவருடன் நெடுநேரம் பேசுவாள். அப்பொழுதெல்லாம் ஆபிரிக்கக் கறுப்பினத்தவர்களது சமூகப் பிரச்சனைகள் பற்றிய அவளின் விமர்சனங்கள் அவரை ஆச்சரியத்துள் ஆழ்த்துவதுண்டு. ஆனால் அவள் பணக்காரக் கறுப்பர்களை விலை மாதின் சாகசத்துடன் வீழ்த்தி, அவர்களிடம் பணம் கறப்பது வீரசிங்கத்துக்கு அறவே பிடிக்கவில்லை. இத்தகைய ஒரு 'இளகிய மனசு'ப் பெண்ணுக்காக மொறிஸ் பைத்தியக்காரன் போல ஓடிஓடிப் பணம் சேர்ப்பதை நினைத்த பொழுது அவரின் மனசு கனத்தது.

அன்று முழுவதும் அடை மழை. மதுக்கூடத்தில் அங்கொன்றும் இங்கொன்றுமாக ஹோட்டலில் தங்கியிருந்த நாலைந்து ஆண்கள் மட்டுமே பியர் குடித்துக்கொண்டிருந்தார்கள். மதுக் கூடத்தில்ல் அதிக வேலையும் இருக்கவில்லை. குளோறியா பியரையும் எடுத்துக்கொண்டு வீரசிங்கத்தின் முன் வந்தமர்ந்தாள்.

வீரசிங்கம் மெல்ல கதையைத் துவக்கினார்.

'குளோறியா, மொறிஸ் உன்னை மனசாரக் காதலிக்கிறான். உன்னை அடைவதற்காக அவன் எவ்வாறெல்லாம் கஷ்டப்பட்டு உழைக்கிறான் தெரியுமா? அவனுக்குத் துரோகம் செய்வதுபோல நீ நடந்துகொள்வது முறையா?'

அவள் சிறிது நேரம் மௌனமாக இருந்தாள். தேவை யில்லாமல் அவளுடைய தனிப்பட்ட வாழ்க்கையில் மூக்கை நுழைக்கிறேனோ என்கிற குற்ற உணர்வு அவருக்கு இலேசாகத் தலை தூக்கியது.

'மொறிஸ் தனது பகுதிநேரச் சம்பாத்தியத்திலும், உங்களைப் போன்றோரின் சப்பாத்துகளை மினுக்குவதன் மூலமும் எவ்வளவு பணம் சம்பாதிக்க முடியுமென்று நினைக்கிறீர்கள்?' எனக் கேட்டு குளோறியா அவரை உற்றுப் பார்த்தாள்.

வீரசிங்கம் எதுவும் பேசவில்லை.

தன் முன்னால் இருந்த பியரில் இரண்டு மிடறு குடித்துவிட்டு அவள் தொடர்ந்தாள்.

'என் அப்பன், மொறிஸிடம் அநியாயமாகப் பணம் கேட்கிறான். 'நீ இவ்வளவு பணம் கேட்பது சரியில்லை' என்று என் அப்பனிடம் சண்டை போடமுடியுமா? இது எங்கள் சமூகத்தில் நினைத்துப் பார்க்க முடியாதது. என் அப்பன் கேட்கும்

பணத்தினை மொறிஸால் இந்த ஜென்மத்தில் சேர்த்துவிட முடியாதென்று எனக்கும் தெரியும், மொறிஸுக்கும் தெரியும். நான் மொறிஸை மனதாரக் காதலிக்கிறேன். காசுகுடுத்து என்னை வாங்கக் கூடிய பணக்காரக் கிழவனுக்குப் பத்தோடு பதினொன்றாக வாழ நான் விரும்பவில்லை. எங்கள் காதல் ஜெயிக்க வேண்டும். என் பிரார்த்தனை நிறைவேறுவதற்காக என் உடலையும் விற்க நேரிடுகிறது. ஆனால் உடலுடன் சேர்ந்து என் மனசை யாருக்கும் விற்றுவிடமாட்டேன்...'

குடித்துமுடித்த பியர் கிளாஸைக் கொண்டு போய் வைத்த பின் குளோறியா மீண்டும் வீரசிங்கத்தின் முன் வந்தமர்ந்து கொண்டாள்.

'சார்..., நீங்கள் வாழும் சமூகத்தின் விழுமியங்கள் வேறு, இங்குள்ள யதார்த்த நிலைகள் வேறு. தான் விரும்பும் காதலனை அடைவதற்காக, பல இளம்பெண்கள் என்னைப் போல, வார இறுதியில் உடலைக் கொடுத்துப் பணம் சம்பாதிப்பது இங்கு சர்வசாதாரணம். இதனை நாம் நியாயப்படுத்த வரவில்லை. காதலையும் காதலனையும் இழப்பதிலும் பார்க்க இந்த ஏற்பாடு இன்றைய தலைமுறையால் ஏற்றுக்கொள்ளப்படுகிறது.'

மேற்கொண்டு அவளால் பேசமுடியவில்லை. தலையைக் குனிந்துகொண்டு எழுந்து சென்றாள்.

அந்த சோக சங்கடங்களிலிருந்து விடுபட, புத்திபூர்வமாக ஏதாவது சிந்திக்கலாம் என வீரசிங்கம் நினைத்தார்.

வெள்ளிக்கிழமைகளிலே, அவருடைய விரிவுரைகளுக்கு மௌசு இல்லாமல் இருப்பதற்கான சூக்குமம் அப்போது விளங்கியது.

காதல் ஒருவன்

அந்த இளைஞன் அவர்முன் அமர்ந்ததும் வீரசிங்கம் மலைத்துப் போனார். தன் முன்னால் இருந்த மடிக்கணினியில் அவனது விபரங்களைத் தட்டிப் பார்த்தார். தந்தை பெயர் அமீர் முகம்மது, தாய் றொஸ்நாக், தந்தையின் பிறப்பிடம் ஈரான். ஆனால் இளைஞன் சிட்னியில் பிறந்ததாக தரவுகள் சொல்லிற்று.

பதினெட்டு வருடங்களுக்கு மேலாக பேராசிரியர் வீரசிங்கத்தின் மனத்தை அலைக்கழித்த கேள்விகளுக்கு, அத்தகவல்கள் விடையாக அமைந்தன.

ஆஸ்திரேலிய பல்கலைக்கழகங்களில், பன்னிரண்டாம் வகுப்பில் அதிகூடிய புள்ளிகள் எடுத்த அனைவரும் மருத்துவம் படிக்கலாம் என்ற பேச்சுக்கு இடமில்லை. மேலதிகமாக மருத்துவப் படிப்பிற்கென பரீட்சை எழுதி, நேர்முக பரீட்சையிலும் சித்திபெற வேண்டும். மருத்துவம் அர்ப்பணிப்புடன் கூடிய ஒரு புனிதமான தொழில். மருத்துவம் படிக்க வருபவருக்கு அதில் ஆழ்ந்த ஈடுபாடு உண்டா எனப் பரீட்சிக்கும் நெறிமுறைகளே இவை. இப்படியான நேர்முகப் பரீட்சை ஒன்றிற்கே, சிறந்த பெறுபேறுகளைப் பெற்ற அந்த இளைஞன், பேராசிரியர் வீரசிங்கத்தின் முன் அமர்ந்திருந்தான். பதினெட்டு வருடங்களுக்கு முன்னர், அமீர் முகம்மது பேராசிரியரிடம் ஆராய்ச்சிப் படிப்புக்காக சிட்னி வந்தபோது எப்படி இருந்தானோ அப்படியே, 'அச்சொட்டாக' அந்த இளைஞனும் இருந்தான்.

2

அமீர் முகம்மது ஈரான் அரசாங்கத்தால் மரபணு மாற்றம் பற்றி ஆராய்ச்சி செய்ய, ஆஸ்திரேலியாவுக்கு அனுப்பப்பட்டவன். அந்தவகையில் அவன் வீரசிங்கத்தின் மேற்பார்வையின் கீழ், டாக்டர் பட்டத்திற்கான ஆராய்ச்சியை மேற்கொள்ள வேண்டியதாயிற்று. முதல்நாள் ஆணும் பெண்ணுமாக இரண்டு குழந்தைகளுடனும் மனைவி றொஸ்நாக்குடனும் அவன் பல்கலைக்கழகம் வந்தது, வீரசிங்கத்திற்கு இன்றும் பசுமையாக நினைவில் நிற்கிறது. றொஸ்நாக் மிகவும் அழகாக இருந்தாள். 'பர்தா'வால் முக்காடிட்டு, உடலை மறைத்து முழுநீளச் சட்டை அணிந்திருந்தாலும், அவளது பேரழகு வெளியே பளிச்சிட்டது. அதிகாலை ஏழு மணிக்கே அமீர் ஆய்வுக்கூடம் வந்துவிடுவான். நண்பகல் ஒரு மணிக்கு மனைவி றொஸ்நாக், மதிய உணவு கொண்டுவருவாள். ஆய்வுக் கூடத்தினருகே ஓங்கி வளர்ந்திருந்த செரி மரத்தின் கீழ் இருவரும் அமர்ந்திருந்து உணவு உண்ணுவார்கள். மாலையில் பாடசாலையால் திரும்பிவந்த குழந்தைகளையும் அழைத்துக்கொண்டு அதே செரி மரத்தின் கீழ் அமீருக்காகக் காத்திருப்பாள்.

ஆராய்ச்சியை ஆரம்பித்த சிறிது காலத்திலேயே அமீரின் விவேகம், நேர்மை, நாணயம் ஆகியன வீரசிங்கத்தை மிகவும் கவர்ந்தன. அவனையிட்டு அவர் உண்மையிலேயே பெருமைப் பட்டார். அப்படிப்பட்ட அமீரின் வாழ்க்கை தடம்புரண்டு திசைமாறியது வீரசிங்கம் முற்றிலும் எதிர்பார்க்காததொன்று.

றொஸ்நாக், ஈராக்–ஈரான் எல்லையோரக் கிராமத்தில் பிறந்தவள். அவள் பாரசீக–அராபிய கலப்பினச் சிறுபான்மை இனத்தைச் சேர்ந்தவள். இவர்கள் அங்கு தனி இனமாகக் கருதப்படுகிறார்கள். இதனால் இவர்கள் ஈரானிய பாரசீகர்களுடன் சேர முடியாமலும் ஈராக்கிய அராபியர்களுடன் வாழ முடியா மலும் தனித்து விடப்பட்டவர்கள். ஈரான்–ஈராக் யுத்தத்தின் போது றொஸ்நாக்கின் குடும்பம் பாதிக்கப்பட்டதால் அவர்கள் தலைநகர் தேரானுக்கு இடம்பெயர்ந்ததாக அமீர் ஒருமுறை சொல்லியிருக்கிறான். பாரசீக அராபிய கலப்பு, பதின்பருவ வயது, றொஸ்நாக் தேரான் பல்கலைக்கழகத்தில் சேர்ந்த முதல் வருஷமே அழகு ராணிப் போட்டி ஒன்றில் பேரழகியாகத் தேர்ந்தெடுக்கப்பட்டாள். அவளின் அழகில் மயங்கி அமீர் காதலித்தான்.

அமீரின் பெற்றோர் பாரசீகப் பிரபுத்துவக் குடும்பத்தைச் சேர்ந்தவர்கள். அவர்களுக்குப் பரம்பரை பரம்பரையாகப்

பெருவாரியான சொத்துக்கள் ஈரானில் உண்டு. தன் மகனுக்காக வளைகுடா நாடுகளின் வழக்கப்படிப் பெண் கேட்டு, தன் குடும்பத்துக்கு எந்த வகையிலும் ஒவ்வாத ஒரு கலப்பினக் குடும்பத்திடம் செல்ல அமீரின் தந்தை மறுத்துவிட்டார். இந்த விடையத்தில் அமீர் உறுதியாக நின்றதால், தன் ஒரே மகனின் விருப்பத்தை நிறைவேற்ற அமீர்–றொஸ்நாக் திருமணத்துக்கு அவர் அரைகுறை மனதுடன் ஒத்துக்கொண்டார்.

அமீர் ஆஸ்திரேலியாவுக்குப் படிக்க வந்த காலத்தில், ஒருவருட பட்டப் 'பின்'படிப்பை முடித்தவர்கள் தொழில் விசாவுக்கு விண்ணப்பிக்கலாம் என்ற சட்டம் அமுலுக்கு வந்தது. இந்த வசதியைப் பயன்படுத்திப் பெருவாரியான வெளிநாட்டு மாணவர்கள் ஆஸ்திரேலியாவில் நிரந்தர வதிவுரிமை பெற்றுக் கொண்டார்கள். இதுபற்றி அமீர், வீரசிங்கத்திடம் ஒருமுறை கேட்டான். தன் மனைவி ஆஸ்திரேலியாவில் நிரந்தரமாகத் தங்க விரும்புவதாகவும் அதற்காக ஒருவருட பட்டப் பின்படிப்பைப் படிக்கக் கேட்பதாகவும் சொல்லிக் குறைப்பட்ட அமீர், இதுபற்றித் தன் மனைவியுடன் பேசுமாறும் கேட்டுக்கொண்டான்.

'அமீர், இதை நீ மிகவும் கவனமாகக் கையாளவேண்டும்! நீயும் உனது குடும்பமும் இங்கு நிரந்தரமாகத் தங்குவது பற்றிய உன் அபிப்பிராயமென்ன . . ?'

'சேர், எனது குடும்பம் மிகவும் பாரம்பரியம் மிக்கது. பல தலைமுறைகளுக்குத் தேவையான சொத்தும் வாழ்க்கை வசதிகளும் எமக்கு தேரானில் உண்டு. எனது நாடும் குடும்பமும் எனக்காக காத்திருக்கிறது . . ? நான் எதற்காக இங்கு வாழ வேண்டும் . . ?'

'பின் எதற்காக உன் மனைவி ஆசைப்படுகிறாள்?'

'இங்குள்ள பெண்கள் சுதந்திரமே இதற்குக் காரணமாக இருக்கலாம்' என்று சொன்னவன், அவனாகவே மேற்கொண்டு இதுபற்றிப் பேச விரும்பாதவனாக ஆய்வுக் கூடத்துக்குச் சென்றான். இது பற்றி றொஸ்நாக் கடன் பேசுவதற்குச் சந்தர்ப்பத்தை எதிர் நோக்கி வீரசிங்கம் காத்திருந்தார். அதற்குள் அவளாகவே, அமீருக்குத் தெரியாமல் பல்கலைக்கழகத்துக்கு விண்ணப்பித்து அனுமதியும் பெற்றுவிட்டாள். இதற்கு மேல் இதில் தலையிடுவது நாகரிகமில்லை என உணர்ந்து அவர் அமைதியானார்.

படிப்பைத் துவங்கிய பின், றொஸ்நாக்கின் நடவடிக்கைகள் கொஞ்சம் கொஞ்சமாக மாறத் துவங்கின. இஸ்லாமியப் பெண்கள் மீது தம் பார்வையைத் திருப்பியுள்ள பெண்ணியவாதிகள்

றொஸ்நாக்குடன் ஒட்டிக்கொண்டார்கள். இதனால் 'பர்தா' அணியாமல் வெளியே வரத் துவங்கினாள். பின்னர் மயிரைக் குட்டையாக வெட்டி உலாவரத் துவங்கினாள். படிப்பு முடிந்ததும் ஆஸ்திரேலியாவில் நிரந்தரமாகத் தங்க விசாவையும் பெற்றுக் கொண்டாள். காலப் போக்கில் றொஸ்நாக்கைப் பற்றிப் பல்வேறு கதைகள் 'கிசுகிசு'க்கப்பட்டன. 'தூய பாரசீக ரத்தத்துடன் வந்திருந்தால் இப்படிச் செய்யாள்' என சிட்னிக்குப் படிக்கவந்த ஈரானிய மாணவர்கள் பேசித் திரிந்தார்கள். றொஸ்நாக் இது பற்றிக் கவலைப்படவில்லை. பாரசீக அராபிய அழகின் கலவையுடன், ஆஸ்திரேலிய உடையும் சேர அவள் பல்கலைக் கழகத்தில் தேவதை போலப் பவனி வந்தாள். தன் குழந்தைகளைப் பாடசாலைக்கு ஏற்றி இறக்க கார் ஓட்டக் கற்றுக்கொண்டாள். மொத்தத்தில் ஆராய்ச்சிப் படிப்பில் தன்னை முழுமையாக ஈடுபடுத்திக்கொண்ட அமீரில் சார்ந்திராது தனது வேலைகளைத் தானே செய்துகொண்டாள். அமீருடன் ஆஸ்திரேலியாவுக்குப் படிக்கவந்த ஏனைய குடும்பங்கள் சும்மா இருக்குமா? அமீரை 'ஆண்மையில்லாதவன், கட்டிய மனைவியை ஒழுங்காக வைத்திருக்கத் தெரியாதவன்' எனத் தூற்றத் துவங்கினார்கள். அமீர் முற்றிலும் உடைந்து போனான். எதை நம்புவது எதை விடுவது என்று தடுமாறினான்.

றொஸ்நாக்கில் எது, இந்த விரைவான மாற்றத்தை ஏற்படுத்தியது? புதிய சூழலில், அவள் இதுவரை அனுபவித்திராத சுதந்திரமா அல்லது பெண் விடுதலை பற்றிப் பேசும் நண்பர்கள் கூட்டமா? அமீர் மீது வீரசிங்கம் கொண்ட அக்கறை காரணத்தினால் தன் இயல்பையும் மீறிய தோரணையில் அவர் மனம் சிந்திக்கலாயிற்று. குடும்பப் பிரச்சனைகளுக்கு மத்தியிலும் அமீர் தனது ஆராய்ச்சிக் கட்டுரைக்குத் தேவையான பரிசோதனைகளை முடித்திருந்தது அவருக்கு ஆறுதல் தந்தது. இனி தரவுகளைக் கணித்து கட்டுரை எழுத வேண்டியதுதான் பாக்கி.

இந்த நேரத்திலேதான் அது நடந்தது!

ஆறு வருடங்களின் பின் றொஸ்நாக் மீண்டும் கர்ப்ப மடைந்தாள். கருத்தரித்து ஆறு மாதங்களின் பின்பே இது அமீருக்குத் தெரியுமென்று சக ஈரானியர்கள் பேசிக்கொண்டார்கள். றொஸ்நாக் கர்ப்பமடைந்தது பற்றி ஈரானிய மாணவர்கள் மத்தியில் பல வதந்திகள் உலாவின. எமது பல்கலைக்கழகத்தில், 'இஸ்லாமியப் பெண்கள் விடுதலை' பற்றி டாக்டர் பட்டத்துக்கான ஆராய்ச்சிப் படிப்பைத் தொடரும் ஆஸ்திரேலிய வெள்ளையன் ஒருவனுடன் றொஸ்நாக் நட்பாக இருப்பதாகவும், வயிற்றில் வளரும் குழந்தை அவனதே எனவும், ஈரானியர்கள் சத்தியம்

செய்யத் தயாராக இருந்தார்கள். அதற்குப் பின்பு அமீர் ஆய்வுக் கூடத்துக்கு வரவில்லை. ஆராய்ச்சிக் கட்டுரை எழுதத் தேவைய்யான தரவுகளைப் பெறவாவது, அமீர் வருவானென வீரசிங்கம் காத்திருந்தார். அவன் வரவில்லை. ஆனால், ஈரானிய மாணவன் ஒருவன் றொஸ்நாக் பற்றிப் புதிய தகவலுடன் வந்தான். வெள்ளைக்காரர்களின் சாயலில் றொஸ்நாக் சில தினங்களுக்கு முன்னர் ஆண் குழந்தையைப் பெற்றுள்ளதாகச் சொன்னான். தகவல் சொன்ன ஈரானிய மாணவன் ஆய்வுக் கூடத்தில் நிற்கும்போதே, அலுவலக செயலாளர் அவசர அவசரமாக வீரசிங்கத்திடம் வந்தாள். உள்ளூர் பொலீஸ் நிலையத்திலிருந்து தொலைபேசி அழைப்பு வந்ததாகவும், அமீர் விடையமாகப் பேச உடனடியாக பொலீஸ் நிலையத்துக்கு அவரை வரமுடியுமா எனக் கேட்டதாகவும் சொன்னாள்.

பொலீஸ் நிலையத்தின் உள்ளே கை விலங்குடன் அமீர் அமர்ந்திருந்தான். அவனது உடை எங்கும் திட்டுத் திட்டாக இரத்தம் படிந்திருந்தது. அவனது உடலில் சிறுசிறு கீறல்களே இருந்தன. என்ன நடந்திருக்கும் என்பதை அவரால் ஓரளவு ஊகிக்க முடிந்தது!

அன்று காலை றொஸ்நாக்கையும் குழந்தையையும் பார்க்க அமீர் மருத்துவமனைக்குச் சென்றிருக்கிறான். குழந்தை பற்றிய வாக்குவாதம் முற்றி, ஆத்திரத்தில் அங்கிருந்த கண்ணாடிப் பூஜாடியால் றொஸ்நாக்கைத் தாக்கியிருக்கிறான். அவளின் மண்டை உடைந்து, வலது கை சுட்டு விரலும் முறிந்துவிட்டது.

வைத்தியசாலை ஊழியர்களின் சாட்சி பலமாக இருந்தது. மனைவியை அடித்துக் காயமேற்படுத்திக் கொலை செய்ய முயன்றது முதற்கொண்ட குற்றச்சாட்டுக்கள் மத்தியில், ஈரானிய கலாசாரமும் இஸ்லாமிய ஆசாரங்களும் கருத்தில் கொள்ளப் பட வேண்டுமென அமீரின் வழக்குரைஞர் வைத்த வாதம், ஆஸ்திரேலிய நீதிமன்றத்தில் எடுபடவில்லை. அமீருக்கு இரண்டு வருடச் சிறைத் தண்டனை அளிக்கப்பட்டது. றொஸ்நாக் பலதடவை குழந்தையுடன் அமீரைப் பார்க்கச் சிறைக்குச் சென்றபோதும், அவன் அவளைப் பார்க்க மறுத்தது சரியென ஈரானிய மாணவர்கள் நியாயப்படுத்தினார்கள்.

சிறைச்சாலையில் மகனைச் சந்திக்க அமீரின் தந்தை சிட்னி வந்தார். 'குடும்பத்தில் பிரிவு ஏற்பட்டால் குழந்தைகள் மீது மனைவிக்கு எந்த உரிமையும் இல்லை' என்ற தங்களின் மரபைச் சொல்லி முதலிரண்டு குழந்தைகளையும் வலுக்கட்டாயமாகத் தாயிடமிருந்து பிரித்து கூட்டிச் சென்றுவிட்டார். றொஸ்நாக்

கைக்குழந்தையுடன் அநாதரவாக நின்றது பற்றி அவர் கவலைப் படவில்லை.

அமீர் தன் தண்டனைக் காலத்திலேயே ஆராய்ச்சிக் கட்டுரையை எழுதிச் சமர்ப்பித்திருந்ததால் அவன் வெளியே வந்ததும் பட்டம் பெற்றான். சிட்னியிலுள்ள பள்ளிவாசலொன்றில் 'தலாக்' சொல்லி விவாகரத்துப் பெற்று ஈரான் சென்றுவிட்டான். அத்துடன் அமீர்–றொஸ்நாக்கின் தொடர்பு வீரசிங்கத்துக்கு முற்றாக அறுந்து போயிற்று.

3

பதினெட்டு வருடங்கள் கழிந்து, இன்று இந்த இளைஞனைச் சந்தித்த விசித்திரத்தை வீரசிங்கம் எண்ணிப்பார்த்தார். சந்தேகமே இல்லை, அந்த இளைஞன் அமீரின் மகனேதான். வீரசிங்கத்தின் மனம் ஒரு நிலையில் இல்லை. எவ்வளவு வசைகள் றொஸ்நாக் மீது சொல்லப்பட்டன. வீரசிங்கத்துக்கு அன்று இரவு தூக்கம் வரவில்லை. மறுநாள் சனிக்கிழமை ஒரு தீர்மானம் எடுத்தவராக, இளைஞனின் தரவுகளிலிருந்து அவனது விலாசத்தை எடுத்து மனைவியுடன் றொஸ்நாக் வீட்டுக்குச் சென்றார்.

அழைப்பு மணியை அடித்ததும் அந்த இளைஞனே கதவைத் திறந்தான். பேராசிரியர் வீரசிங்கத்தைக் கண்டதும் அவனுக்கு ஆச்சரியம். உனது தாயார் இருக்கிறாரா? எனக் கேட்டதும் அவன் முகத்தில் பயம் கலந்த தயக்கம். இருப்பினும் தன்னை சுதாகரித்துக்கொண்டவன், 'தொழுகையில் இருக்கிறார், வந்து விடுவார், இருங்கள்' எனச் சொல்லி உள்ளே சென்றான். வீடு முழுவதும் இஸ்லாமிய மதத்தின் புனிதம் தெரிந்தது. அமீர், றொஸ்நாக் மற்றும் முதல் இரு குழந்தைகள் சேர்ந்து எடுத்த குடும்பப் படமும் அதனருகே றொஸ்நாக் தன் கடைசி மகனுடன் எடுத்த படமும் சுவரில் மாட்டப்பட்டிருந்தது.

றொஸ்நாக் தொழுகை அறையிலிருந்து வெளியே வந்தாள். அதே அழகான உருவம். குட்டையான முடி. பர்தா இல்லை. முகத்தில் மாத்திரம் சிறிது முதிர்ச்சி தெரிந்தது. வீரசிங்கத்தைக் கண்டதும் றொஸ்நாக் மகிழ்ச்சியில் திக்குமுக்காடிப் போனாள். அமீரின் பேராசிரியர் என வீரசிங்கத்தை மகனுக்கு அறிமுகப் படுத்தினாள். சமையலறைக்குச் சென்று ஈரானியச் சிற்றுண்டி வகைகளுடன் தேநீர் தயாரித்துக் கொண்டுவந்தாள். வீரசிங்கம் தம்பதிகள் முன் அமர்ந்து, 'எத்தனை வருடங்கள் ...' என தன் கைகளால் முகத்தை அழுத்தித் தேய்த்தாள்.

மகனைத் தான் சந்தித்த விபரத்தைச் சொல்லி, அவனைக் கண்டதும் அமீரைக் கண்டதுபோல் இருந்ததாக வீரசிங்கம் சொன்னார்.

றொஸ்நாக் விரக்தியாகச் சிரித்தாள். பின்னர் எதுவும் பேசாது எழுந்துசென்று சில பத்திரங்களுடன் வந்தாள். அது டி.என்.ஏ *(DNA)* பற்றிய ஆய்வுக்கூடத் தரவுகள். றொஸ்நாக்கின் மகனதும் அமீரதும் டி.என்.ஏ அமைப்புக்கள் ஒன்றென அதில் குறிக்கப்பட்டிருந்தன. றொஸ்நாக் மெதுவாகத் தொடர்ந்தாள்.

'சேர், பல வருடங்களின் பின்பு உங்களைச் சந்தித்ததில் என் மனம் அமைதியடைகிறது. இந்த விபரங்களுடன் நான் பலதடவை சிறைக்குச் சென்று அமீரைச் சந்திக்க முயற்சித்தேன், முடியவில்லை. அமீரை மனதார நான் அன்றும் காதலித்தேன், இன்றும் மனத்தளவில் சேர்ந்து வாழ்கிறேன். எமது நாட்டின் வாழ்க்கை முறைபற்றி நீங்கள் கேள்விப்பட்டிருப்பீர்கள். பெண்கள், பிள்ளைகள் பெறும் இயந்திரங்களாகவே ஆணாதிக்கவாதிகளால் இன்றும் பார்க்கப்படுகிறார்கள். எப்பொழுதெல்லாம் சத்திய நன்னெறிகள் பின்தள்ளப்படுகின்றனவோ அப்பொழுதெல்லாம் எமது உலகில் பெண் அடக்குமுறை இடம் பிடிக்கிறது. தலாக், பாலியல் துன்புறுத்தல்கள், சிறைக் கொடுமைகள் போன்ற எத்தனையோ வலிகளைச் சுமந்துகொண்டே இன்றும் நாம் வாழ்கின்றோம் . . .'

அளவுக்கதிகமாக உணர்ச்சி வசப்பட்டதனால் றொஸ்நாக்கின் உடல் நடுங்கியது. கோப்பையில் மீதமுள்ள தேநீரைக் குடித்தபின் நிதானமாகத் தொடர்ந்தாள்.

'நான் ஆஸ்திரேலியாவுக்கு வந்தபோதுதான் சுதந்திரம் என்றால் என்ன என்பதைக் கண்டுகொண்டேன். சுதந்திரம் அழகானது. அது இல்லாத வாழ்க்கை வாழ்க்கையே அல்ல. பெண்களுக்குச் சுதந்திரம் வேண்டும். பெரும்பாலான இஸ்லாமியப் பெண்கள் இந்த விடயத்தில் வலிமை அற்றவர்களாக, சந்ததி சந்ததியாக ஏதோ ஒரு ஆணிடம் அடிமைப்பட்டுக்கொண்டே தான் வாழ்கிறார்கள் . . .'

'நீ அளவுக்கதிகமான சுதந்திரத்தை ஆரம்பத்திலேயே சுகிக்கத் தொடங்கிவிட்டதாக அவர்கள் நினைத்திருக்கலாமல்லவா . . ?'

'சேர், அமீர் தன் ஆராய்ச்சியில் முழுமையாக ஈடுபடவும் பிள்ளைகளை ஏற்றி இறக்கவும் வசதியாக நான் கார் ஓட்டினேன். பெண்கள் காரோட்டினால் அடிக்கடி வெளியே போவார்கள், பிற ஆண்களுடன் பழகுவார்கள், வீட்டிலுள்ள ஆண்களுக்கு

அடங்கி இருக்க மாட்டார்கள் என்றெல்லாம் சொன்னார்கள். இந்த நாட்டில் பெண்கள் அணியும் நீண்ட உடையுடன் கடைகளுக்கும் பிள்ளைகளின் பாடசாலைக்கும் போவது எனக்கு மட்டுமல்ல, பிள்ளைகளுக்கும் அசௌகரியமாக இருந்தது. சூழ்நிலைக்கு ஏற்றவாறும் தேவை கருதியும் ஒருசில விடயங்களில் என்னை நான் மாற்றிக்கொண்டதை இன்றும் நான் தப்பாக நினைக்கவில்லை.'

'உங்கள் நாட்டில் பெண்கள் கார் ஓட்டுவார்களே! அது சவூதி அரேபியாவில் அல்லவா தடைசெய்யப்பட்டிருக்கிறது . . .'

'சேர், நீங்கள் ஒரு உண்மையைப் புரிந்துகொள்ள வேண்டும். இருபது வருடங்களுக்கு முன்பு அமீர் இங்கு படிக்க வந்த காலத்தில் 'அடிப்படைவாதச் சிந்தனை கொண்டவர்களே' கல்வி கற்க, அரச செலவில் வெளிநாடுகளுக்குச் செல்லமுடியும். அவ்வாறு படிக்கச் செல்வதற்குக் கல்வித் தகமை மட்டும் போதாது. தீவிர கடும் போக்காளர்களின் சிந்தனையுடன் அவர்கள் ஒத்துப்போக வேண்டும். அதற்கான பரீட்சை ஒன்றில் சித்தி பெறவேண்டும். அப்போது வெளிநாடுகளுக்கு அனுப்பப்பட்ட அனைவரும் மணம் முடித்த ஆண்களே. இதனால் அவர்கள் குடும்பத்துடன் சென்றார்கள். வெளிநாடுகளிலும் அவர்கள் அடிப்படைவாதிகளாக வாழ்ந்து நாடு திரும்பவேண்டும் என்பதுதான் அப்போதைய அரசின் போக்காக இருந்தது . . .'

'ஆனால் அமீர் அப்படிக் கடும் போக்கானவனாக இருந்த தில்லேயே!'

'உண்மைதான். அமீர் வாழ்ந்த சூழல் வேறு. தந்தையின் பிரபுத்துவச் செல்வாக்காலேயே அமீர் இங்கு வர முடிந்தது. அடிப்படையில் அமீர் மிகவும் நேர்மையானவர். ஆனால் தகப்பன் சொல்வதையே எப்போதும் செய்து பழக்கப்பட்டதால் தன்னம்பிக்கை இல்லாமல் வாழ்ந்தவர். நான் வளர்ந்த சூழல் வித்தியாசமானது. ஈரான்–ஈராக் எல்லையோரக் கிராமத்தில் பாரசீக–அராபியப் பிரச்சனைகளுக்கு நாங்கள் முகங்கொடுத்து வாழ்ந்தோம். அந்த வாழ்க்கை லேசானதல்ல' எனச் சொன்னவாறே எழுந்து சென்று ஒரு சஞ்சிகையைக் கொண்டுவந்தாள்.

'நீங்கள் சவூதியில் பெண்கள் கார் ஓட்டுவது பற்றிச் சொன்னீர்களே, இந்தக் கட்டுரையை வாசித்துப் பாருங்கள். எங்கள் நாட்டிலும் பெருநகரங்கள் தவிர்த்த மற்றைய இடங் களில் இதுதான் நிலமை,' என்றவாறு சஞ்சிகையை விரித்து வீரசிங்கத்திடம் கொடுத்தாள்.

‘பெண்கள் காரோட்டினால் அவர்களுடைய கன்னித் தன்மை அத்தோடு முடிந்து போய்விடும். ஆபாசத் தொழிலுக்குள் விழுந்துவிடுவார்கள். விவாகரத்து செய்துகொள்வார்கள்.’

இந்த வாசகங்கள் அச்சு அசலாக சவுதி அரேபியா சட்டசபை போன்ற அதிகார மையத்தில், உறுப்பினர் ஒருவர் சமர்ப்பித்த அறிக்கையில் இருந்தவை. பெண்கள் வாகனங்கள் ஓட்டுவது சவூதியில் சட்டப்படிக் குற்றம். இதற்காக சவூதிப் பெண்கள் ஏதோ படிப்பறிவில்லாதவர்கள் என நினைத்துவிடாதீர்கள். சுமார் 70 சதவீதம் பெண்கள் படித்தவர்கள். ஆனால் அலுவலகங் களில் பெண்கள் எத்தனை சதவீதம் தெரியுமா? ஐந்து சதவீதம். மிகுதி 95 சதவீதமும் ஆண்களே. பெரும்பாலான வங்கிகள், பல்கலைக்கழகங்கள், பொது இடங்கள், உணவகங்கள் போன்ற வற்றில் பெண்களுக்குத் தனியே வாசல்கள் உண்டு! ஏன் பெரும்பாலான வீடுகளிலேயே தனித்தனி வாசல்கள் பெண்களுக் கும் ஆண்களுக்கும் உண்டு . . .’ எனத் தொடர்ந்தது கட்டுரை.

கட்டுரையை வாசித்ததும் வீரசிங்கம் அதை மனைவியிடம் வாசிக்கக் கொடுத்தார்.

றொஸ்நாக் தொடர்ந்தாள்.

‘வாகனம் ஓட்டுவது ஒரு பெண்ணோட அடிப்படை உரிமை. ‘இறைவாக்கினர்’ வாழ்ந்த காலத்துலேகூட பெண்கள் ஒட்டகங்கள் ஓட்டினார்கள். அப்போதைய வாகனம் ஒட்டகம். இப்போதைய வாகனம் கார். ஒட்டகம் ஓட்டுவது முகமது காலத்திலேகூட சரியாய் இருந்தது. அப்படி என்றால் இன்று பெண்கள் கார் ஓட்டுவதில் என்ன பிழை?’

றொஸ்நாக்கின் கேள்விகளுக்கு வீரசிங்கத்திடம் பதில் இல்லை. அறிவியலுக்கு அப்பால் மற்றவை அனைத்தும் ‘கிலோ என்ன விலை என்று கேட்கக்கூடியவர். இருப்பினும் றொஸ்நாக்கின் அறிவு முதிர்ச்சி, அவள் இதுவரை பட்ட துன்பங்களால் வந்ததென்பதை மட்டும் புரிந்துகொண்டார்.

‘முதலிரண்டு குழந்தைகளையும் நீங்கள் விட்டிருக்கக் கூடாது. ஆஸ்திரேலிய சட்டதிட்டங்களைப் பாவித்து தடுத்திருக்க வேண்டும்’ என்றார் பேராசிரியர் வீரசிங்கத்தின் மனைவி, ஒரு தாயின் தவிப்பைப் புரிந்தவராக.

‘உண்மைதான். ஆனால் அப்போது என்னால் முடியவில்லை. கைக் குழந்தையுடனும் வளர்ந்த இரு பிள்ளைகளுடனும் கையில் பணமின்றி நான் அநாதரவாக நின்றேன். அமீர் சிறையில். சக ஈரானியர்கள் என்னை ஈரானியக் கதையாடல்களில் வரும்

சாத்தானாக எண்ணித் தள்ளிவைத்தார்கள். இந்நிலையில் அமீரின் தந்தையின் மூர்க்க குணத்தைத் தனி மனுசியாக என்னால் எதிர்க்க முடியவில்லை. ஒரு குழந்தையை ஈன்றெடுப்பதில் சமூக ரீதியாகவும் அறிவியல் ரீதியாகவும் பெண்ணின் பங்களிப்பே முதன்மையானது. ஆனால் எனக்கு என்னுடைய குழந்தைகள் மீது எந்த உரிமையும் இல்லை என அமீரின் தந்தையால் சட்டம் பேசப்பட்டது. கணவன் மனைவிக்குள் கருத்து வேற்றுமை தோன்றி பிரியும் நிலை வந்தால் குழந்தைகள் ஆணின் உடைமையாகி விடுகிறதென மேற்கோள் காட்டப்பட்டது. நான் மனதால்கூட அமீருக்குத் துரோகம் செய்தது கிடையாது. ஒரு பெண் விரும்பக்கூடிய அடிப்படைச் சுதந்திரத்தை அனுபவிக்க விரும்பினேன். அது இங்கு படிக்க வந்த மற்றைய ஈரானிய குடும்பங்களால் கொச்சையாக்கப்பட்டது. எந்த ஆதாரமுமில்லாமல் நான் இன்னொருவனுடன் தொடர்பு வைத்திருப்பதாக இட்டுக்கட்டப்பட்டது. எல்லாவற்றையும் அருகிலிருந்து பார்த்தவர்கள் போல குழந்தைக்குத் தகப்பன் யாரோ என கதை பரப்பினார்கள் . . .'

'நீ இவற்றை விளக்கமாக அமீருக்குச் சொல்லியிருக்க லாமே . . ?'

'இது பற்றி அமீருடன் பேச நான் பலதடவைகள் முயன்றேன். ஆனால் அமீர் ஒரு 'எடுப்பார் கைப்பிள்ளை'. மற்றவர்களின் பேச்சுக்கு நன்கு எடுபடுவார்' என்றவள், தன் உணர்ச்சிகளைக் கட்டுப்படுத்த முடியாமல் அழுதாள். பின்னர் தன்னைச் சுதாகரித்துக்கொண்டு, 'என் மன ஆறுதலுக்காவது இதை நான் உங்களுக்குச் சொல்லவேண்டும்' எனத் தொடர்ந்தாள்.

'என்னுடன் வாழும் மகன், அமீரது மகன்தான் என்ற டி.என்.ஏ. விபரம் பற்றி, இங்கிருந்து யாரோ அமீரின் தகப்பனுக்குச் சொல்லியிருக்க வேண்டும். சில வருடங்களுக்கு முன்னால் அவனையும் தமது பாரம்பரிய சட்டங்களைச் சொல்லி ஈரானுக்கு அழைக்க முயன்றார். ஆனால் அவரது 'பாச்சா' பலிக்கவில்லை. நான் அவுஸ்திரேலியப் பிரஜை, என்னுடைய தாயாருடன் இருப்பதற்கு எனக்குப் பூரண சுதந்திரமுண்டு, இனிமேல் இப்படியான முயற்சியில் இறங்க வேண்டாம் என, என்னுடைய மகன் அவருக்குக் கடிதமெழுதவே அத்துடன் அவர் அடங்கிவிட்டார்.'

இதைச் சொல்லும்போது றொஸ்நாக்கின் முகத்தில், முதல் முறையாக ஒருவித நிம்மதி, மின்னலடித்து மறைந்ததை வீரசிங்கம் அவதானித்தார்.

கள்ளக் கணக்கு

'முதல் இரண்டு குழந்தைகளும் இப்பொழுது பெரியவர்களாகி இருப்பார்களே, அவர்களுடன் உங்களுக்குத் தொடர்புண்டா?' எனக் கதையின் போக்கை மாற்றினார் வீரசிங்கத்தின் மனைவி.

றொஸ்நாக் சின்னப் பிள்ளை ஒன்றின் குதூகலத்துடன் தனது ஐபாட்டை எடுத்து வந்தாள். அதைத் தட்டிப் படங்களைக் காட்டி, 'அமெரிக்காவில் படிக்கும் என்னுடைய பிள்ளைகள், அங்கு சென்ற பின்பே என்னுடன் தொடர்புகளை ஏற்படுத்திக் கொண்டார்கள்' என்றாள் பெருமை பொங்க.

நாம் விடைபெறத் தயாரானோம். 'சற்றுப் பொறுங்கள் நான் இன்னுமொரு விடயத்தையும் சொல்லிவிடுகிறேன். அமீர் இன்னமும் வேறு திருமணம் செய்யாது தேரானில் தனியாகவே வாழ்வதாக அமெரிக்காவில் படிக்கும் பிள்ளைகள் சொன்னார்கள். அவர் ஒன்றல்ல, முறைப்படி நான்கு திருமணங்கள் செய்திருக்க முடியும். என்னுடைய அமீரை எனக்குத் தெரியும். ஒருநாள் என்னிடம் நிச்சயம் வருவார். அதற்காகவே நான் காத்திருக்கிறேன்' என்றாள் நம்பிக்கையுடன். அப்போது றொஸ்நாக்கின் வீட்டருகேயுள்ள சிட்னிப் பள்ளிவாசலில், தொழுகைக்கு அழைப்புக் கொடுக்கும் 'பாங்கு', ஓங்கி ஒலித்தது.

புகலிடம்

அந்தச் சிறுவன் எந்தவிதச் சலனமுமின்றி நின்றான். பதினைந்து வயதுக்கு மேல் இருக்காது. கைகள் குருதியால் நனைந்திருந்தன. அவனருகில் நடுங்கியபடி அவள். பத்து வயது மதிக்கலாம். வயசுக்கு மீறிய வளர்ச்சி அவள் உட்லில் தெரிந்தது. வயிற்றிலும் மார்பிலும் கசிந்த இரத்தம், கிழிந்து தொங்கிய அவளது சட்டையூடாக வடிந்துகொண்டிருந்தது. அதிகாலை வேளையிலும் சிரிய அகதிகளும் லெபனானியர்களும் சிறுவர்களைச் சுற்றி நின்று வேடிக்கை பார்த்தார்கள். பொலீஸ்காரன் ஒருவன் அலைபேசியில் தகவல் சொல்லிக்கொண்டிருந்தான்.

லெபனான் தலைநகர் பெய்ரூத்திலுள்ள அமெரிக்கப் பல்கலைக்கழகத்துக்கு முன்னே, மத்தியதரைக் கடற்கரையோரம், காலையிலிருந்து மாலைவரை அகதிச் சிறுவர்கள் ரோசாப் பூ விற்பார்கள். இவர்களுக்கு நிரந்தர இருப்பிடமோ முகவரியோ இல்லை. சிவப்பு ரோசாக்கள் காதலின் சின்னமாகையால், மாலை வேளைகளிலும் விடுமுறை நாள்களிலும் அவை அமோகமாக விற்பனையாகும். பெரும்பாலான அகதிச் சிறுவர்கள் பூ விற்பதுடன் நின்றுவிடுவதில்லை. பிச்சை எடுப்பார்கள், அசந்தவர்களிடம் 'பிக்பொக்கற்' அடிப்பார்கள். பெய்ரூத் நகர பொலீசாருக்குப் பாரிய தலையிடியாக இருக்கும் இவர்கள், குற்றம் செய்து பிடிபட்டால் நேரடியாகச் சிறுவர்கள் தடுப்பு முகாமுக்கு அனுப்பப்படுவார்கள்.

இவர்களும் அகதிச் சிறுவர்களே. இவர்கள் மேட்டுக்குடிச் சூழலில் வளர்ந்தவர்களாக

இருக்க வேண்டும். அரபு மொழியுடன் சரளமாக ஆங்கிலமும் பேசினார்கள். வேலை முடிந்து செந்தில்நாதன் கடற்கரை ஓரமாயுள்ள பரிஸ் வீதியில் நடந்துவரும்போது, இச் சிறுவர்கள் தினமும் பூ வாங்கும்படிக் கேட்பார்கள். பரிதாபத்தின் காரணமாக பலமுறை அவர்களிடம் ரோசா மொட்டுக்கள் வாங்கியிருக்கிறார். ஆனால் அவற்றைக் கொடுப்பதற்கு பெய்ரூத்தில் அவருக்கு யாருமில்லை. அவருடைய மனைவி சிட்னியில் இருந்தாள். இதனால் ஒரு முறை பூ வாங்காமலே சிறுவனுக்குப் பணம் கொடுத்தார். பணத்தை அவன் வாங்க மறுத்த பண்பும் அதற்கு அவன் சொன்ன காரணமும் அவருக்கு மிகவும் பிடித்திருந்தது. இந்தச் சம்பவத்துக்குப் பிறகு அவர்களைக் காணும்போதெல்லாம் நலம் விசாரித்து செந்தில்நாதன் அவர்களுடன் பேசுவதுண்டு. இப்படியானதொரு சந்தர்ப்பத்திலேதான், தனது பெயர் அலி எனவும் தங்கையின் பெயர் பாத்திமா எனவும் சிறுவன் தங்களை அறிமுகப்படுத்திக்கொண்டான்.

சிரிய சனத்தொகையில் அரைவாசிக்கு மேற்பட்ட மக்கள் அகதிகளாக லெபனான், துருக்கி, ஈராக், ஜோர்தான் ஆகிய நாடுகளில் தஞ்சமடைந்தார்கள். இவற்றுள் லெபனானே மிகச் சிறிய நாடு. 10,452 சதுர கிலோ மீட்டர்கள் மாத்திரம் கொண்டது. இந்நிலையில், 2015ஆம் ஆண்டு லெபனானில் தஞ்சமடைந்த சிரிய அகதிகளின் எண்ணிக்கையே 1.5 மில்லியனைக் கடந்திருந்தது. லெபனானின் 'பெக்கா' பள்ளத்தாக்கில் இவர்களுக்காகப் பாரிய பல முகாம்கள் அமைக்கப்பட்டிருந்தன. இப்பகுதியில் கடும் குளிரும் பனியும் நிலவுவதால் அதைச் சமாளிக்க முடியாது, அகதிகளில் பலர் இடம்பெயர்ந்து தலைநகர் பெய்ரூத்துக்கு வந்தனர். பெய்ரூத்தில் இவர்களுக்கு அகதி முகாம்கள் இல்லை. இதனால் பலர் பிச்சை எடுத்தார்கள். பெண்களில் சிலர் சோரம் போனார்கள். நிர்க்கதியான சில பெண்கள் கற்பழிக்கப் பட்டார்கள். மொத்தத்தில் இவர்கள் ஐ.நா சபை பட்டியலில் தொலைந்துபோனவர்களாகப் பதியப்பட்டார்கள்.

சிரியாவின் இரண்டாவது பெரிய நகரமான அலப்போ மிகவும் புராதனமான நகரம். யுத்தத்துக்கு முன்னர் அலப்போவைத் தரிசிப்பதற்காகவே உல்லாசிகள் சிரியாவுக்குப் படையெடுப்பார்கள். பல வருடங்களாக சிரியாவில் தொடரும் கொடிய யுத்தத்தினால் தற்போது அது பாதிக்கப்பட்டு உலகின் கைவிடப் பட்ட நகரங்களில் ஒன்றாக மாறியிருக்கிறது. இங்குள்ள அமெரிக்கப் பாடசாலை ஒன்றில் இவர்களது தந்தை நீண்டகாலம் அதிபராகப் பணியாற்றியதாக அலி சொன்னான். அங்குதான் இவர்களும் கல்வி கற்றார்களாம். தந்தை இறந்தபின்னர் தாயுடன்

‘அன்ரி லெபனான்’ (*Anti-Lebanon mountain*) மலையைத் தாண்டி, லெபனானுக்கு நடந்துவந்ததாகச் சொன்னான்.

பாரிஸ் வீதியருகே, கடற்கரை ஓரமாகவுள்ள ஒரு பொதுக் கழிப்பிடத்தில் குளிப்பதற்கும் வசதியுண்டு. பெய்ரூத் மாநகர சபை அதை ஓரளவுக்குச் சுத்தமாக வைத்திருந்தது. அதிகாலை வேளையில் ஒரு தோல்பையுடன் வரும் அலியும் தங்கையும் அங்கு காலைக் கடன்களை முடித்தபின் பூ விற்கத் தொடங்குவார்கள். அலி பேசிய இலக்கணச் சுத்தமான ஆங்கிலம் செந்தில்நாதனின் நட்பை மேலும் நெருக்கமாக்க, மாலையில் வேலை முடிந்து அவர் வரும்போது வாசித்து முடித்த ஆங்கிலச் சஞ்சிகைகளை, அலி கேட்டு வாங்குவான். மறுநாள் தான் வாசித்த கட்டுரைகள் பற்றி அலி ஆக்கபூர்வமான கருத்துக்களை செந்தில்நாதனுடன் பகிர்ந்துகொள்வான். அவனிடம் வயதுக்கு மீறிய விவேகமும் அறிவும் இருந்தது. ‘இப்படியானதொரு புத்திசாலிச் சிறுவனது எதிர்காலம் என்னவாகும் . . ?’ என செந்தில்நாதன் பலமுறை கவலைப்பட்டதுண்டு. இதனால் அவர்கள்மீது இயற்கையான பரிவு ஏற்பட, அவர்களை லெபனீஸ் ‘ஹெபாப்’ சாப்பாட்டுக் கடைக்கு அழைத்துச் சென்றார். அன்றைய தினம் தாயாரின் ஆண்டுத் திதி என்பதால் இரண்டு சோடி உடுப்புக்களும் அவர்களுக்கு வாங்கியிருந்தார். அவர்களுக்கு மிகுந்த சந்தோசம். ‘ஹெபாப்’ சாப்பிடும்போது பலமுறை அவருக்கு நன்றி சொன்னார்கள். கதையோடு கதையாக ‘பெக்கா’ பள்ளத் தாக்கிலுள்ள அகதி முகாம் வாழ்க்கை பற்றி செந்தில்நாதன் கேட்டார். அலி ‘ஹெபாப்’ சாப்பிடுவதை நிறுத்தித் தரையைப் பார்த்தவாறு அமர்ந்திருந்தான். பாத்திமாவின் கண்களில் கண்ணீர் வழிந்தோடியது. ‘அந்தப் பிஞ்சுகளின் மனசைக் காயப்படுத்திவிட்டேனோ . . ?’ என செந்தில்நாதன் தவித்தபோது, அலி தன்னுடைய அழுகையைக் கட்டுப்படுத்திப் பெரிய மனுஷத் தோரணையில் பேசத் தொடங்கினான்.

‘சேர், சிரிய அரசுக்கும் பல்வேறு இஸ்லாமிய கிளர்ச்சிக் குழுக்களுக்கும் இடையில் சண்டை நடைபெறுவதாக வெளியே சொல்லப்பட்டாலும், எனது அறிவுக்கு எட்டியவரை இது ஷியா பிரிவைச் சார்ந்த சிரிய அரசுக்கும் சுனி பிரிவினரான கிளர்ச்சிக் குழுக்களுக்கும் இடையில் நடைபெறும் யுத்தமே . . .’ என்றவன் திடீரென வயிற்றைப் பிடித்துக்கொண்டு எழுந்து, அவசரமாக ரொயிலெற்றை நோக்கி நடந்தான்.

வெளியே, ‘பிசுபிசு’வென மழை பெய்துகொண்டிருந்தது. இடையிடையே வெய்யிலும் தூறலும் இணைந்த அர்த்தநாரீஸ்வர கோலம். மத்திய தரைக் கடலிலே வானவில் வர்ணங்கள்.

இப்படியானதொரு மழை நேரத்தின்போதே, செந்தில்நாதன் பஸ் தரிப்பு நிலையமொன்றில், முதல்முறையாக அலியைச் சந்தித்தார். அவன் தங்கள் நாட்டின் போர் நிலவரம் பற்றி நண்பர்களுடன் பேசிக்கொண்டு நின்றான். அவர்களின் உரையாடல் சற்று அதிகப்பிரசங்கித்தனமாக இருந்தது. ஆனால், கால ஓட்டத்தில் அவர் சந்தித்த சிரிய அகதிகள் அனைவருமே, வயது வித்தியாசமின்றித் தமது நாட்டின் அரசியல் பின்னணியை ஆதியோடந்தமாகத் தெரிந்துவைத்திருப்பதை செந்தில்நாதன் அவனித்தார்.

வயிற்றின் அலைக்கழிப்பிலிருந்து மீண்ட அலி, தான் விட்ட இடத்திலிருந்து கதையைத் தொடர்ந்தான்.

'சேர் . . . நீங்கள் சாவை நேரடியாகப் பார்த்தீர்களோ தெரியாது. ஆனால் நான், கொடூரமாக பலர் கொல்லப்படுவதை நேரில் கண்டிருக்கிறேன். விடுதலையின் பெயரில், அப்பா மத சாயம் பூசப்பட்டு எங்கள் முன்னிலையில் துள்ளத்துடிக்க கொல்லப்பட்டார். அன்றிரவே அலப்போவை விட்டுப் புறப்பட்ட நாங்கள், இருபத்தொரு நாள்கள் மலையைத் தாண்டி நடந்து, லெபனானிலுள்ள பெக்கா முகாமுக்கு வந்தோம் . . .'

அலி உணர்ச்சிவசப்பட்டதால் அவனது உதடுகள் நடுங்கின. அவனைச் சற்று சாந்தப்படுத்தும் நோக்கில், 'இந்து மதத்திலும் சைவம், வைஷ்ணவம் என்ற பிரிவுகள் உண்டு. சில நூற்றாண்டுகளுக்கு முன்பு இவர்களுக்கிடையேயும் சண்டைகள் நடந்ததுண்டு. ஆனால் அந்த விரோதம் படிப்படியாக மறைந்து போயிற்று' என்றார் செந்தில்நாதன்.

'சேர், பிரச்சனை அதுவல்ல. சிரியாவில் இஸ்லாமியர்கள், கிறிஸ்தவர்கள், டூறூஸ் *(Druze)* மதத்தவர்கள் அனைவரும் அன்றாட வாழ்க்கையில் ஒற்றுமையாகவே வாழ்ந்தோம். இதே போல பெக்கா பள்ளத்தாக்கிலுள்ள அகதி முகாமிலும் எல்லா மதத்தவர்களும் இருந்தார்கள் . . .' என்றவன் மேலும் தொடர முடியாமல் விக்கிவிக்கி அழுதான்.

'அலி, விட்டுவிடு. வேறு விஷயங்கள் பற்றிப் பேசுவோம்' என்றவாறு எழுந்து சென்று அவர்கள் இருவருக்கும் செந்தில்நாதன் ஐஸ்கிறீம் வாங்கி வந்தார்.

'எனது மனக் குமுறல்களை வெளியில் கொட்டுவதற்கு எனக்கு வேறு சந்தர்ப்பம் கிடைக்காது, என்னைச் சொல்ல விடுங்கள். என்னுடைய தாயார் சமூக சேவகியாக சிரிய அரசில் பணியாற்றியவர். தனது சோகங்களுக்கு வடிகாலாக, அகதி

முகாமிலும் அவர் சேவை செய்யத் துவங்கினார். இதனால் உணவுப் பங்கீடு செய்வதற்கு உதவுமாறு முகாம் அதிகாரி கேட்டுக்கொண்டார். இது பெக்கா பள்ளத்தாக்கில் இயங்கும் சிரிய கிளர்ச்சிக் குழுவொன்றுக்கு ஏனோ பிடிக்கவில்லை...'

இந்த இடத்தில் அலி தனது முகத்தை அழுத்தித் துடைத்த படி அமைதியாக இருந்தான். தங்கை பாத்திமாவை உணவுச் சாலையில் சிறுவர்கள் விளையாடுவதற்கு ஒதுக்கப்பட்ட இடத்துக்கு அனுப்பியபின் கதையைத் தொடர்ந்தான்.

'ஒருநாள் முகத்தை மூடிய கிளர்ச்சிக் குழுவினர் துப்பாக்கிகள் சகிதம் எங்கள் கூடாரத்துக்கு வந்தார்கள். பயம் காரணமாக ஏனைய அகதிகள் தங்கள் கூடாரங்களுக்குள்ளே அடங்கிக் கிடந்தார்கள். வந்தவர்களுள் இருவர், துப்பாக்கிகளை எங்கள் தலைகளில் குறிவைக்க, எங்கள் முன்னிலையிலேயே தாயாருடன் மாறிமாறி அவர்கள் வல்லுறவு கொண்டார்கள். இறுதியில் நெற்றிப்பொட்டில் சுட்டு நிர்வாணமான அவரது உடலைக் கூடாரத்துக்கு வெளியில் வீதியோரம் எறிந்துவிட்டுச் சென்றார்கள்.

இதைச் சொல்லும்போது அவனுடைய முகம் இறுகிக் கறுத்திருந்தது. அலி மனம் விட்டு அழாதது செந்தில்நாதனுக்குப் பயமாகவும் இருந்தது. எந்தவிதச் சலனமுமின்றி அவன் வீதியை வெறித்துப் பார்த்தபடி இருந்தான்.

அன்றைய சந்திப்பின் பின்னர் செந்தில்நாதன் சிறுவர்களைக் காணவில்லை. இன்று, இரத்தச் சகதியின் மத்தியிலே அவர்களைக் கண்டதும் விறைத்துப் போனார். சுற்றி நின்றவர்கள் அரபு மொழியில் குசுகுசுத்தார்கள். அங்கு நடந்ததை செந்தில்நாதன் மெல்லப் புரிந்துகொண்டார்.

பூக்கடையின் ஓரமாகவுள்ள ஓடையிலே அலி தன்னுடைய தங்கையுடன் இரவில் தூங்குவான். பாத்திமாவின் பூரிப்பான உடல் அங்குள்ள ஒருவனின் கண்களை உறுத்தவே சமயம் பார்த்துக் காத்திருந்தவன், அலி காலைக் கடன் கழிக்கச் சென்ற நேரம், பாத்திமாவைக் கெடுக்க முயற்சித்திருக்கிறான். அலறல் சத்தம் கேட்டு ஓடிவந்த அலியால், அவனை விலக்க முடியவில்லை. பாத்திமாவின் சட்டையைக் கிழித்துப் பிடியை அவன் மேலும் இறுக்கவே, தண்ணீர் கொண்டு வந்த கண்ணாடிப் போத்தலை உடைத்து அவனுடைய கழுத்தில் பலமுறை குத்தியிருக்கிறான். கழுத்திலுள்ள நாடி நரம்புள் அறுந்து குருதி பெருகிய நிலையில் ஓட நினைத்த காமுகன் பூக்கடையின் முன்னால், வீதியோரமாகச் சாய்ந்தான்.

அங்கு நின்ற பொலீஸ்காரன் கொடுத்த தகவல் அறிந்து, பொலீஸ் வண்டி வரும் சைரன் ஒலி வெகு தூரத்தில் கேட்டது. பொலீஸ் வண்டியைச் சம்பவ இடத்துக்கு அழைத்துவர பொலீஸ்காரன் பிரதான வீதிக்குச் சென்றான். பொலீசில் அகப்பட்டால் சிறுவர்களது வாழ்க்கை முற்றிலும் சீரழிந்துவிடும். வெளிநாட்டிலிருந்து வந்து தொழில் புரியும் தான் இதில் தலையிடுவது நிலமையை மேலும் சிக்கலாக்கும் என்பதை அவர் அறிவார். இவர்களை எப்படிக் காப்பாற்றலாம் என்ற பதகளிப்பில் அவர் தவித்தபோதே, அது நடந்தது.

எங்கிருந்தோ ஒரு இஸ்லாமியப் பெரியவர் ஒரு வாளி நிறைய தண்ணீருடன் வந்து, சிறுவர்களின் தோல்ப்பை இருந்த ஓடைக்குள் அவர்களை அழைத்துச் சென்றார். துரித கதியில் அவர்களைச் சுத்தப்படுத்தி உடையை மாற்றி 'இங்கிருந்து தப்பி ஓடிவிடுங்கள்' எனக் கலைத்துவிட்டார்.

அந்த அதிகாலை வேளையிலும் சுற்றி நின்று வேடிக்கை பார்த்தவர்கள், சுவராஸியம் குறையவே மெல்லக் கலைந்து போனார்கள். பொலீசாரின் கைகளில் சிக்கி, சிறுவர்களின் வாழ்க்கை சீரழியாமல் காப்பாற்றிய இஸ்லாமியப் பெரியவரும் கலைந்து சென்ற கூட்டத்துடன் சங்கமித்தார். லெபனானிலுள்ள அகதிகள் சமுத்திரத்தில், சிறுவர்களை இனிமேல் பிடிக்க முடியாதென்பது செந்தில்நாதனுக்குச் சற்று ஆறுதல் தந்தது. பெரியவர் சென்ற திசையை நோக்கி 'சலாம்' வைத்த செந்தில் நாதன், கனத்த மனசுடன் வேலைக்குச் சென்றார். சாலையில் கிடந்த சடலத்தினருகே, தெரு நாயொன்று குந்தி இருந்தது!

எதிலீன் என்னும்
ஹோமோன் வாயு...

1

சரவணை அம்மான் தூக்கில் தொங்கிச் செத்தபோது எனக்கு பதின்மூன்று வயது. இராசதுரை, நான், சரவணை அம்மானின் ஒரே மகள் பூங்கொடி எல்லோரும் அப்போது ஊர்ப் பாடசாலையில் ஒன்றாகப் படித்துக்கொண்டிருந்தோம். சரவணை அம்மான் தூக்கில் தொங்கிச் செத்தவரோ அல்லது அவரை அடித்துத் தூக்கில் தொங்கவிட்டதோ... என்ற சமசியம், அப்போது பலருக்கு இருந்தது. இதுபற்றி ஊரிலே ஆரென்ன சொன்னாலும், சந்தையால் வந்த சரவணை அம்மான், அன்று பெண்சாதியுடன் சண்டை பிடித்ததை, நான் பார்த்தேன். இந்தச் சண்டை வெறும் வெண்டிக் காயால் வந்தது.

சரவணை அம்மான் தோட்டக்காரன் என்றாலும் நல்ல முதுசக்காரன். வயல், தோட்டம், துரவு என்று நிலபுலன்கள் ஏராளம். அதனால்தான் அவருக்கு நல்ல வடிவான பெண்சாதி அமைந்த தென்று சொல்லக் கேள்வி. கனகம் மாமி அமெரிக்கன் மிஷன் பள்ளிக்கூடத்தில் பத்தாம் வகுப்புவரை இங்கிலிஷ் படித்தவர். அவவின் வடிவுக்கும் சீதனபாதனத்துக்கும் நிறையப்பேர் அவவைப் பெண் கேட்டு வந்தவர்களாம். அதனால் அவவுக்கு 'றாங்கி' கொஞ்சம் அதிகமென இராசதுரை வீட்டில்

சொன்னார்கள். இறுதியில், சொந்தமும் சொத்தும் விட்டுப்போகக் கூடாதென்பதற்காக, சொந்த மச்சான் சரவணையை, அவவுக்கு எப்பனும் விருப்பமில்லாமல் தகப்பன் கட்டிவைத்தாக, பாட்டி சொன்னார். இதனால் அரைக்காசு பெறாத விஷயத்துக்கும் புருஷனுடன் மல்லுக்கு நிற்பார்.

செவ்வாய், வியாழன், சனிக்கிழமைகளில் சாவகச்சேரியில் சந்தை கூடும். இவற்றுள் சனிக்கிழமையே மிகப் பெரிய சந்தை. சரவணை அம்மான் விடிய நாலு மணிக்கு வண்டில் கட்டி, தனது தோட்டத்து விளைபொருள்களைச் சந்தைப்படுத்த சாவகச்சேரிக்குப் போவார். புகையிலையும் மிளகாயும்தான் அப்பொழுது காசுப் பயிர்கள். அறுவடைக் காலங்களில் செத்தல் மிளகாயும் புகையிலையும் வாங்க, கொழும்பு வியாபாரிகள் வீடுதேடி வருவார்கள். ஆனால் யாழ்ப்பாண விவசாயிகளின் அன்றாடச் செலவுகளுக்கு வாழைக் குலைகளே கைகொடுத்தன. கப்பல், கதலி, கறிமொந்தன் என சரவணை அம்மான் தோட்டத்து வாழைகள், வஞ்சகமில்லாமல் குலை தள்ளின. வாழைக் குலைகள் விற்ற காசில்தான் சரவணை அம்மான், வீட்டுக்குத் தேவையான சாமான்களும் கோவிலாக்கண்டி மீன், பாலாவிறால், கணவாய் வகைகளும் பூங்கொடிக்கு விருப்பமான கச்சான் அல்வாவும் வாங்கிவருவார்.

தகப்பன் சாகிறதுக்கு ஒரு மாதம் முந்தித்தான் பூங்கொடி பக்குவப்பட்டு, தடல்புடலாக சாமத்தியச் சடங்கு வைச்சவை. பூங்கொடியும் தாயைப்போல நல்ல வடிவும் வெள்ளையும். ஆனால் பெயருக்கு ஏற்றமாதிரி கொடிபோல இருந்தாள். பள்ளிக்கூடத்துக்கு ஆடிஆடி நடந்து வருவாள். அவள் தூக்கி வரும் புத்தகச்சுமை தாங்காமல் முறிந்துவிடுவாளோ என்ற பயம் இராசதுரைக்கு நெடுக இருந்தது. ஒருவேளை அப்படி நடந்தால், ஓடிப்போய்த் தூக்குவதற்கு இராசதுரை தயாராக இருந்தான்.

இராசதுரை குடும்பம் கொஞ்சம் முட்டுப்பட்டது. இதனால் கனகம் மாமியின் சீதனக் காணியிலேயே குடியிருந்தார்கள். இராசதுரைக்கு இரண்டு வயதில், தகப்பன் பாம்பு கடித்து இறந்துபோக தாய், சரவணை அம்மானின் தோட்டத்தில் வேலை செய்தே அவனை வளர்த்தார். அவர்களும் சரவணை அம்மான் 'பகுதி' என்றாலும் கனகம்மாமி, புருஷனை இராசதுரை வீட்டில் செம்பெடுக்கவிடார்.

சரவணை அம்மானின் தோட்டத்தில் யாழ்ப்பாண மரக்கறிகள் பெருமளவில் விளைந்தன. இருந்தாலும்

பூங்கொடிக்குப் பெலமேத்த இங்கிலிஷ் மரக்கறிதான் சரிவரும் என, கனகம்மாமி நம்பினார். ஒரு வெண்டிக்காயில் ஒரு முட்டையின் சத்தென ஏதோவொரு இங்கிலிஸ் புத்தகத்தில் கனகம்மாமி வாசித்ததால் வெள்ளைக்கார மரக்கறிகளுடன் சேர்ந்துகொள்ள, பால் வெண்டிக்கு அதிர்ஷடம் அடித்தது. வெண்டி மரத்தில் அழுக்கணவன் பிடிக்குமென சரவணை அம்மான் பால்வெண்டி நடுவதில்லை. இதனால் அவர்களது வாராந்த சாமான் பட்டியலில் பால் வெண்டி சேர்ந்துகொள்ளும். வெண்டிக்காய் வாங்கும்போது நுணியை முறிச்சுப்பாத்து பிஞ்சாக வாங்கவேண்டுமென்பது கனகம் மாமியின் கட்டளை. பத்தொன்பதாம் நூற்றாண்டின் எழுபதுகள்வரை, சந்தையில் சாமான் வாங்க சாக்குப்பையும் பனை ஓலை உமலுமே பாவித்தார்கள். சாவகச்சேரிச் சந்தையில் காய்பிஞ்சு விக்கும் சின்னாச்சிக் கிழவியின் ஏச்சுப்பேச்சையும் தூஷணத்தையும் காதில் வாங்காது, சரவணை அம்மான் வெண்டிக் காய்களை முறித்துப் பார்த்து, நுனிமுறிஞ்ச காய்களாகப் பொறுக்கி எடுத்தார். நல்ல புளிக்காயென்று சொல்லி, விலைப்படாமல் வாடிக்கிடந்த பத்து எலுமிச்சம் பழங்களையும் அரை விலைக்கு, வெண்டிக் காய்களுடன் சரவணை அம்மானின் சாக்குப் பைக்குள் தள்ளி விட்டது கிழவி. சரவணை அம்மானின் எருது மாடுகளுக்குச் சந்தைக்குப் போய்வரும் பாதை அத்துப்படி. சந்தையால் திரும்பி வரும் வழியில் மாடுகள் தாமாகவே, நுணாவில் கள்ளுக் கொட்டில் முகப்பில் நின்றுவிடும். வழக்கம்போல அன்றும் கள்ளுக் கொட்டிலில் ‘சமா’ வைத்தபின்பே, சரவணை அம்மான் வீடுவந்து சேர்ந்தார்.

அன்று புரட்டாதிச் சனி! வீட்டில் மச்ச மாமிசமில்லை. வெண்டிக்காயை நல்லெண்ணெய்யில் வதக்கி, தக்காளியும் உள்ளி மிளகு சீரகமும் தட்டிப்போட்டு, வத்தக் குழம்பு செய்யவென வெண்டிக்காயை அரியத்துவங்கிய கனகம் மாமி, பத்திராளியாட்டம் வெளியே வந்தார். கலியாணம் கட்டின நாள் துவக்கம் கனகம் மாமி, புருஷனை ஒரு பொருட்டாகவே மதிப்பதில்லை. வார்த்தைகள் நெருப்பாக வெளியில் வரும். அன்றும் அப்படித்தான். புருஷனை வறுத்தெடுத்துவிட்டார்.

‘த்து, நீயும் ஒரு ஆம்பிளையே . . ? ஒழுங்கான வெண்டிக்காய் வாங்கத் துப்பில்லை’ எனத் தொடங்கி அவரின் அந்தரங்கப் பலவீனத்தை அனலாய்க் கொட்டினார்.

நுனி முறிச்சுப்பார்த்து, பிஞ்சாகத்தான் வாங்கியதாக சரவணை அம்மான் முடிந்தவரை அனுங்கிப்பார்த்தார். ஏழை சொல் அம்பலம் ஏறவில்லை. கள்ளுக் கொட்டிலை நோக்கி

நடந்த சரவணை அம்மானை, அடுத்தநாள் பிணமாகத்தான் இறக்கினார்கள். வெண்டிக்காய் விசயத்தில் சரவணை அம்மான் பொய் சொல்லவில்லை என்பது, எனக்கும் இராசதுரைக்கும் பல வருடங்களுக்குப் பிறகே தெரியவந்தது.

2

இராசதுரை படிப்பில் வலு விண்ணன். கஸ்டமான கணக்கு களையும் ஒரு நொடியில் போட்டுவிடுவான். அந்த வருடப் பல்கலைக்கழகப் புகுமுகப் பரீட்சையில், அவன் மாநிலத்தில் முதலாவதாக வருவான் என்று பாடசாலை அதிபரும் ஆசிரியர்களும் நம்பினார்கள். விளையாட்டுப் போட்டிகளில் அவன்தான் சாம்பியன். மரதன் ஓட்டப் போட்டியில் எவரும் அவனை வென்றது கிடையாது. இடையிடையே தாயுடன் தோட்ட வேலைகளும் செய்வதால், திடகாத்திரமான *'Four pack'* உடம்பு இராசதுரைக்குத் தானாகவே வந்தது. எங்களுடன் கூடப்படித்த 'பாஷனான' வேதப் பெட்டையள், இராசதுரையைச் சுற்றிச் சுழன்று திரிந்தாலும் 'பூங்கொடிக்கே கொழுகொம்பாவேன்' என அடம் பிடித்தான். ஆனால் பூங்கொடி அவனை ஒரு பொருட்டாகவே மதிப்பதில்லை. வானத்திலிருந்து ஒரு அழகான தேவகுமாரன், சகல சௌபாக்கியங்களுடனும் தனக்கு மாப்பிளையாக வருவான் என்று நம்பினாள். அதேசமயம், கலியாண விஷயத்தில் தான் ஏமாந்தது போல, மகள் ஏமாறக்கூடாதென்பதில் கனகம்மாமியும் வலு கவனமாக இருந்தார். சரவணை அம்மான் சாவுக்குப் பிறகு சகலதும் கனகம் மாமியின் இராச்சியத்தின் கீழ் வந்தது. தோட்ட வேலைக்குத் தாய், எடுபிடி வேலைக்கு இராசதுரை என, வசமாக இவர்கள் மாட்டிக்கொண்டதால் கனகம் மாமியின் காலம் பிரச்சனையின்றிக் கழிந்தது.

அப்பொழுது எமக்குப் பல்கலைக்கழகப் புகுமுக பரீட்சை நெருங்கவே நாங்களெல்லோரும் படிப்பிலே மும்முரமானோம். ஆனால் இராசதுரையோ காதலாகிக் கசிந்து, பூங்கொடியைச் சுற்றித் திரிந்தான். அப்பொழுது அலைபேசிகளோ அல்லது அதில் அனுப்பப்படும் குறுஞ்செய்தி, 'வட்சப்' வசதிகளோ இல்லை. காதலை வெளிப்படுத்துவது கடிதமூலம்தான். கணிதபாட பரீட்சை முடிந்த அடுத்தநாள், இராசதுரை தன்னுடைய அளவு கடந்த காதலையும் மோகத்தையும் எழுத்தில் கொட்டி, பூங்கொடிக்கு ஒரு கடிதம் எழுதினான். 'இப்பொழுது எனக்கு பணவசதி இல்லாவிட்டாலும் என்றோ ஒருநாள் நான் உன்னத நிலைக்கு வந்து உன்னை ராணிபோல வைத்திருப்பேன்' என்ற வரிகளுக்குச் சிவப்பு மையால் அடிக்கோடிட்டான். காதல்

கடிதம் எழுதும் விஷயத்தில் எனக்கு எந்தவித முன் அநுபவமும் இல்லை என்று தெரிந்தும், இரண்டு முறை தான் எழுதியதை எனக்கு வாசித்துக் காட்டி, வேண்டிய திருத்தங்களைச் செய்து கொண்டான். கடிதத்தை எப்படிச் சேர்ப்பிக்கலாம் என்பதை நானும் இராசதுரையும் பல கோணங்களில் ஆராய்ந்தோம். இறுதியில் கனகம்மாமி வீட்டில் இல்லாத சமயம் பார்த்து, பூங்கொடியின் 'கொம்பாஸ்' பெட்டிக்குள் கச்சான் அல்வாவுடன் சேர்த்துக் கடிதத்தை வைப்பது என்று முடிவெடுத்தோம். ஆனால், பாடசாலையில் கெட்டிக்காரனாக கருதப்பட்ட இராசதுரை, எங்கள் திட்டத்தை அமுல்படுத்தும் விஷயத்தில் 'சொதப்பி'விட்டான். கடிதம் தடம்மாறி கனகம் மாமியின் கைகளில் கிடைத்தது பெரும் சோகம்.

'ஒருவேளை சாப்பாட்டுக்கே வழியில்லாத பரதேசி நாய் களுக்கு எங்கடை வீட்டுச் சம்மந்தம் வேண்டிக்கிடக்கோ . . .' என்ற தடித்த வார்த்தைகளுடன், செருப்பால் அடிக்காத குறையாக இராசதுரையும் தாயும் துரத்தப்பட்டார்கள். 'நாயைக் குளிப்பாட்டி நடுவீட்டிலை வைச்சிருந்தது, தன்ரை பிழை . . !' என ஊரெல்லாம் கனகம் மாமி தூற்றித் திரிந்தா. 'முடவன் கொம்புத் தேனுக்கு ஆசைப்பட்டதாக' வீட்டுத் திண்ணைகளில், ஊர் மாமிகள் வம்பளந்தார்கள். பிரளி குளப்படி இல்லாத நல்ல பெடியன் எனப் பெயரெடுத்த இராசதுரை, வெளியில் தலைகாட்ட முடியாமல் முடங்கிப்போனான். இதன் தொடர்ச்சியாக அந்த வருடப் பல்கலைக்கழகப் புகுமுக பரீட்சையில், இராசதுரை எல்லாப் பாடங்களிலும் பெயிலானது அனைவருக்கும் அதிர்ச்சி. அப்பொழுதுதான் முத்தையன்கட்டு படித்த வாலிபர் விவசாயத் திட்டம் இலங்கையில் அறிமுகமாகியது. ஊரில் இருக்க விரும்பாத இராசதுரையும் தாயும், முத்தையன்கட்டில் காணிபெற்று இரவோடிரவாகப் போய்விட்டார்கள். கால ஓட்டத்தில் இராசதுரையுடன் இருந்த தொடர்பு எனக்கு அறுந்துபோயிற்று. விவசாயத் தொழில் நுட்பத்தில் எனது படிப்பு முடிந்த பின்னர், புலம்பெயர்வு என்ற அலைகளிலே எற்றுண்டு, நானும் அவுஸ்திரேலியா வந்து குடும்பஸ்தனாக சிட்னியில் வாழத்தலைப்பட்டேன்.

3

இப்பொழுது சிட்னி கடைகளில் இலங்கை மரக்கறிகள் பெருமளவில் விற்பனையாகின்றன. இவை அனைத்தும் அவுஸ்திரேலிய குவீன்ஸ்லாந்து மாநிலத்தின் உலர் வலயத்திலிருந்து வருவதாக வியாபாரிகள் சொன்னார்கள். இப்படியானதொரு

தமிழ்க் கடையில் பூங்கொடியைக் கணவனுடன் சந்தித்தேன். மெலிந்து வயக்கெட்டுப் போயிருந்தாள். எந்த விதத்திலும் அவளுக்குப் பொருத்தமில்லாத, சாயம் மங்கிய சட்டை போட்டிருந்தாள். ஒரு முருங்கைக்காயும் இரண்டு உருளைக் கிழங்குகளும் வாங்கியவள், கவனமாகக் கையிலே பொத்தி வைத்திருந்த சில்லறைக் காசை ஒவ்வொன்றாக எண்ணிக் கடைக்காரரிடம் கொடுத்தாள். பூங்கொடி வரும்வரை கடைக்கு வெளியே காத்திருந்தேன். வந்தவள், என்னை நேருக்கு நேர் பார்க்கச் சங்கடப்பட்டாள். நிலமையைச் சுமுகமாக்க 'அம்மா எப்படி இருக்கிறார் . . ?' எனக் கேட்டேன்.

பூங்கொடி வார்த்தைகளை அளந்து பேசினாள். தாய் தங்களுடன் இருப்பதாகவும் புருஷனின் தொழில் விசாவில் சிட்னிக்கு வந்து இரண்டு வருஷம் முடியப்போவதாகவும், புருஷனுக்கு இன்னமும் வேலை கிடைக்கவில்லை என்றும் விக்கி விழுங்கிச் சொன்னாள். தொழில் பெறும் விஷயத்தில் ஏதாவது உதவி செய்யலாம் என்ற எண்ணத்தில் 'உங்களின் 'தொழில் துறை என்ன?' என்று பூங்கொடியின் அருகில் நின்ற கணவனைக் கேட்டேன். அவர் எந்தவிதச் சலனமும் இன்றி றோட்டை வெறித்துப் பார்த்தபடி நின்றார். பூங்கொடிதான் பதில் சொன்னாள்.

'பேராதனை பல்கலைக்கழகத்தில் அவர் மெக்கானிக்கல் என்ஜினியரிங் படித்தவர். இலங்கை றெயில்வேயிலை வேலை செய்தவர். இப்ப அவருக்குக் கொஞ்சம் சுகமில்லை' என்றவள், கதையை மேலும் வளர்க்க விரும்பாதவளாகக் கணவனின் கையைப் பிடித்து அழைத்துச் சென்றாள்.

பூங்கொடியின் நிலைமை எனக்குப் புரிந்தது. பாரிய 'மனச்சோர்வு' *(Depression)* நோயால், அவளின் கணவன் பாதிக்கப்பட்டிருப்பது அவருடைய முகத்தில் அப்பட்டமாகத் தெரிந்தது. ஊரில் கட்டியாண்ட அதிகாரங்களும் பதவிகளும் புலம்பெயர்ந்த நாடுகளில் கிடைக்காத பட்சத்தில், மனச்சிதைவு நோய்க்கு ஆளான பலரை எனக்குத் தெரியும். சேட்டிபிக்கற்றும் சிபாரிசும் இருந்துவிட்டால் ஊரில் ஆமான வேலை எடுத்து விடலாம். ஆனால் ஆஸ்திரேலியாவில் இந்த 'வாய்ப்பாடு' சரிவராது. உங்களை நீங்களே இங்கு சந்தைப்படுத்த வேண்டும். 'இந்த வேலைக்கு நான்தான் பொருத்தமானவன், வேலை செய்யுமிடத்தில் என்னால் கூட்டாகப் பணிபுரியமுடியும்' என்று வேலை செய்யும்போது நிரூபிக்க வேண்டும். புத்தகப் பூச்சிகளாக ஊரில் படித்துப் பட்டம் பெற்ற பலர், பரந்துபட்ட சிந்தனையின்மையால் புலம்பெயர்ந்த நாடுகளில், வேலை

தேடும் விஷயத்தில் கோட்டை விடுவது சர்வ சாதாரணம். பூங்கொடியின் கணவன் இந்த ரகமாக இருக்கலாம். தொழில் விசாவில் வந்தவருக்குக் குடும்பவிசாவில் வந்தவர்களைப் போன்று பண உதவி கிடைக்கவும் வாய்ப்பில்லை. சாப்பாடு, வீட்டு வாடகை என்று இலங்கை ரூபாவை டொலரில் மாற்றி வருடக் கணக்கில் சீவிப்பது ஆனையைக் கட்டித் தீனி போட்ட மாதிரித்தான். சற்று முன்னர் கடையிலே, சில்லறைக் காசைக் கவனமாக எண்ணி, பூங்கொடி கொடுத்ததின் காரணம் எனக்கு விளங்கியது.

பூங்கொடியை மீண்டுமொருமுறை சிட்னி முருகன் கோவிலில் கண்டேன். பிள்ளைகளுடன் வந்திருந்தாள். அவளின் கைக்குழந்தை இடுப்பிலிருந்து நழுவி மீண்டும் மரமேற முயற்சித்தது. மற்றப் பிள்ளைகள் அவளைக் கும்பிட விடாமல் குழப்படி செய்தார்கள். வெகுசாமர்த்தியமாக என்னைச் சந்திப்பதைத் தவிர்த்துக்கொண்ட பூங்கொடி, போகும்போது சடாரெனத் திரும்பி என்னை ஒருமுறை பார்த்தாள். இராசதுரையின் வாழ்க்கையைப் புரட்டிப்போட்ட பூங்கொடியின் முகம், அப்போது சோகம் மண்டிய கண்களுடன் வாடிப் போயிருந்தது.

4

சந்தையில் திடீரென யாழப்பாணத்து முருங்கைக்காயின் வரத்துக் குறைந்தது. அதைத்தொடர்ந்து அதுபற்றி எமது பல்கலைக்கழகப் பூங்கனியியல் பிரிவுக்கு ஒரு மின் அஞ்சல் வந்தது. முருங்கைக்காயைப் பழ–ஈக்கள் குத்துவதாகவும் இதனால் காய்களில் கறுத்தப் புள்ளிகள் தோன்றுவதால் அவற்றைச் சந்தைப்படுத்த முடியாதிருப்பதாகவும், அதற்குரிய பரிகாரம் என்ன என்றும் கேட்கப்பட்டிருந்தது. சாரதா என்ற பெண்மணி அதை அனுப்பியிருந்தாலும் மின்னஞ்சல் முகவரி ‘இராசதுரை அற் கொட்மெயில் டொட் கொம்’ என்று இருக்கவே, ஒரு பொறி தட்டியது. மின்னஞ்சலிலிருந்த தொலைபேசி எண்ணுக்குத் தொடர்புகொண்டேன். மறுமுனையில் ‘சாட்சாத்’ எங்கள் ஊர் இராசதுரை பேசினான். மகிழ்ச்சியில் இருவரும் திக்குமுக்காடிப் போனோம். வன்னிச் சமர் தங்களைப் புலம்பெயர வைத்ததாகச் சொன்னான். இதைத் தொடர்ந்து எங்கள் நட்பு அவுஸ்திரேலியாவில் மீண்டும் துளிர்த்தது. அடிக்கடி சந்தித்துக்கொண்டோம். என்னிடம் விவசாயம் சம்மந்தமான ஆலோசனைகளைப் பெற்றுக்கொண்டான். எங்களிடம் வரும்பொழுது தனது விவசாயப் பண்ணையில் விளைந்த யாழ்ப்பாணத்து மரக்கறிகளைத் தாராளமாகக் கொண்டு வருவான். புத்தம் புது இரண்டு ‘மெசெடிஸ் பென்ஸ்’ கார்களும்

ஐந்து விநியோக வான்களும் அவனது விவசாயப் பண்ணையில் சேவை புரிகின்றன. தாய்க்கு இப்பொழுது எண்பத்தேழு வயது. உடல் உழைப்பால் வைரம் பாய்ந்த தேகம். இற்றை வரை எந்தவித மருந்து மாத்திரைகளும் எடுப்பதில்லை எனச் சொன்னான். ஆணும் பெண்ணுமாக அவர்களுக்கு இரண்டு அழகான குழந்தைகள். வளமான தங்களின் வாழ்க்கைக்குக் காரணம், சாரதாவே என இராசதுரை ஒரு சந்தர்ப்பத்தில் சொல்லிப் பெருமைப்பட்டான்.

சாரதா யாழ்ப்பாணப் பல்கலைக்கழகத்தில் விவசாயம் படித்தவள். நெடுந்தீவிலுள்ள ஏழை விவசாயக் குடும்பத்தில் பிறந்தவள். சிபாரிசு இல்லாததால் இலங்கையில் அவளுக்கு வேலை கிடைக்கவில்லை. முத்தையன் கட்டில் காணி எடுத்து விவசாயம் செய்ய வந்தவளை, இராசதுரை கலியாணம் செய்துகொண்டான். நல்ல முயற்சிக்காரி, அற்புதமான சோடிப் பொருத்தம் என என்னுடைய மனைவி சான்றிதழ் வழங்கினாள்.

அந்த வருட தீபாவளி ஒரு ஞாயிற்றுக்கிழமை வந்தது. ‘இந்த முறை தீபாவளியை உன்னோடை முறையாகக் கொண்டாட வேணும் மச்சான் . . .’ என்று சொல்லி இராசதுரை குடும்பத்துடன் வந்திருந்தான். அப்பொழுது அம்மா எங்களுடன் வாழ்ந்தகாலம். இராசதுரையின் தாய்க்கு அம்மாவுடன் பொழுது போனது. என்னுடைய மனைவிக்கு சாரதாவுடன் ஒத்துப்போனது. இராசதுரை வரும்போது விலை உயர்ந்த ‘புளூலேபல் யொனிவாக்கர்’ விஸ்கியுடனும் வெள்ளாட்டு இறைச்சியுடனும் வந்திருந்தான். கிடாய் ஆட்டு இறைச்சியில் அதன் ‘மொச்சை’தான் ஸ்பெசல். ஊரில் சமைக்கும்போது நாலு வீடுகளுக்குக் கறி கமகமக்கும். இந்த ‘வாசம்’ ஆட்டுக் கிடாயின் விதைகளிலிருந்து வெளியேறி உடம்பிலுள்ள தசைநார்களுக்குப் பரவும் ஒருவகை நொதியத்தால் வருவதெனு நம்பப்படுகிறது. ஆஸ்திரேலிய பண்ணைகளில் இறைச்சிக்காக வளர்க்கப்படும் கிடாய்கள் விரைவில் வளர, மிருக வைத்தியரைக் கொண்டு நலமடிப்பார்கள். இதனால் கடைகளில் வாங்கும் வெள்ளாட்டு இறைச்சியில் மொச்சை வாசம் இருக்காது. மொச்சை வாசத்துக்காகவே இராசதுரையின் பண்ணையில் நலமடிக்காத கிடாய் ஆடுகள் வளர்கின்றன. தகுந்த சௌக்கியப் பரிசோதனைகளின் பின்னர் முறைப்படி வெட்டிப் பொதி செய்து, கிடாய் ஆட்டு இறைச்சியை இராசதுரை சந்தைப் படுத்துகிறான். தீபாவளி நத்தார் நாட்களில் வியாபாரம் சக்கைபோடும்.

ஈரல், இறைச்சி, கொழுப்பு, எலும்பு என அவன் அன்று தாராளமாகவே கொண்டு வந்திருந்தான். சாரதாவும் என்னுடைய

மனைவியும் சமையலில் ஈடுபட, இராசதுரை முன் ஹோலில் போத்தலைத் திறந்தான். எங்களிருவருக்கும் உசார் ஏறவே ஊரிலுள்ள பலரின் தலைகள் உருண்டன. அப்பொழுது பூங்கொடி பற்றியும் பேச்சு வந்தது. திடீரென விஸ்கியை வார்த்து எதையும் கலக்காது 'றோ'வாகக் குடித்தான் இராசதுரை.

பின்னர் வெளியே சென்று ஒரு சிகரெற்றைப் பற்றவைத்துப் புகைத்தபின் 'நீ கனவு காண்பதுண்டா..?' எனக் கேட்டபடி உள்ளே வந்தான்.

'இதிலென்ன சந்தேகம். எல்லோரும் கனவு காண்கிறார்கள். மிருகங்களும் கனவு காண்பதாகச் சொல்லப்படுகிறது. திடீரென்று ஏன் கனவு பற்றிக் கேட்கிறாய்..?'

இராசதுரை பதிலேதும் சொல்லாமல் சிறிது நேரம் மௌனமானான். பின்னர் தன்னைச் சுதாகரித்துக்கொண்டு, 'கனவுகள் நேரடியாக மனதிலிருந்து வருபவை மட்டுமல்ல, அவை ஆழ்மனதில் படிந்திருக்கும் எண்ணங்களின் வெளிப்பாடுகள்...' எனத் தத்துவம் பேசினான்.

'இதென்ன மச்சான்..? சாராயத்துக்குப் பிறகு வாற பூராயமா..?' என அவனைச் சீண்டினேன்.

'மனிதன் எதை வேண்டுமானாலும் காலப்போக்கில் மறந்துவிடலாம், ஆனால் தன் வாழ்வில் எட்டிப்பார்த்த முதல் காதலை ஒருபோதும் மறக்க முடியாது...' என்றான் சீரியஸாக.

'சேரன் எடுத்த ஆட்டோகிராஃப் சினிமாப் படம் மாதிரி, பூங்கொடிக்கு நீ கடிதம் குடுத்ததைச் சொல்லுறியா..?' என சிரிப்பை அடக்க முடியாமல் கேட்டேன். எனது கேள்வி அவனது உள்ளத்தைத் துளைத்திருக்க வேண்டும். வேறு நேரமென்றால் இராசதுரை எனக்குப் பொழிப்பான பதில் சொல்லியிருப்பான். ஆனால் இன்று..? இராசதுரையின் மனதில் எண்ணிறைந்த கண்ணறைகள். மனது வடிதட்டாகியது. அதனூடாக வெளிப்பட்ட கடந்தகால நினைவுகளால் அவனுடைய உதடுகள் நடுங்கின.

'இந்த வருட கார்த்திகை விளக்கீட்டுடன் இருபத்தைந்து வருடங்கள்..!'

விஸ்கியுடன் ஒன்றிய இராசதுரையின் மனம், நினைவுச் சிதறலுடன் ஐக்கியமாகியது.

'ஊரெல்லாம் ஜெகசோதியாக தீபங்கள் எரிய, நானும் அம்மாவும் கனகம் மாமியால் அவமானப்படுத்தப்பட்டு, அவர்களின் வளவிலே, நாங்கள் குடியிருந்த வீட்டிலிருந்து

துரத்தப்பட்டோம். உடுத்த உடுப்புடன் அனாதைகளாக, முத்தையன் கட்டுக்குச் செல்லவென முல்லைத்தீவு பஸ் ஏறினோம். என்னுடைய வாழ்க்கையே இதனால் திசைமாறியது. நடந்ததை அம்மா தன்னுடைய மனதுக்குள் புதைத்து வாழ்ந்தாலும் என்னால் அது முடியவில்லை. சொன்னால் நீ நம்பமாட்டாய், இத்தனை வருடங்களுக்குப் பிறகு இன்றும் பூங்கொடியின் முகமும் முத்தையன் கட்டுக்கு நாங்கள் பஸ் ஏறும் காட்சியும் அடிக்கடி கனவில் வருவதுண்டு...' எனச் சொல்லி நிறுத்தியவன், குடிக்கத் தண்ணீர் கேட்டான். அவனுடைய உடம்பு வேர்த்திருந்தது. கிளாஸில் தண்ணீர் கொண்டுவந்து வைத்தேன். அவன் யன்னலூடாக வெளியே பார்த்துக்கொண்டு நின்றான். பூங்கொடியைச் சமீபத்தில் நான் சந்தித்த விஷயத்தை இனியும் இராசதுரைக்குச் சொல்லாமல் இருப்பது அழகல்ல. நாம் பேசுவது சமையல் அறையிலுள்ள பெண்களுக்குக் கேட்கக் கூடும். எழுந்து சென்று வரவேற்பறைக்கும் சமையல் அறைக்கும் இடையேயுள்ள கதவைச் சாத்திய பின், பூங்கொடியை சிட்னியிலுள்ள தமிழ்க் கடையொன்றில் சந்தித்ததைச் சொன்னேன். கிளாஸிலுள்ள தண்ணீரை ஒரேமூச்சில் குடித்து முடித்த இராசதுரை, 'மேலே சொல்லு...' என்னும் பாவனையில் என் முகத்தைப் பார்த்தான்.

பூங்கொடி தன் குடும்பத்துடனும் தாயுடனும் சிட்னியில் வாழ்வதையும் அவர்களுடைய கஷ்ட நிலைமையையும் சுருக்கமாகச் சொன்னேன். இராசதுரை எதுவும் பேசவில்லை. இறுகிக் காய்ந்து போன தோட்ட மண்ணைக் காட்டு மண்வெட்டியால் கொத்திக் கிளறிவிட்டது போன்றதொரு மன நிலையிலிருந்தான். பின்னர் கண்களிலே தேங்கி நின்ற கண்ணீர் மணிகளை மறைக்க, தன்னுடைய இரண்டு விரல்களினாலும் கண்களை மூடி மௌனமானான்.

சமையல் முடிந்து சாப்பிடத் தயாரானோம். சாரதாவினதும் என்னுடைய மனைவியினதும் கைப்பக்குவத்தில் தீபாவளிச் சாப்பாடு அமர்க்களமாக இருந்தது. இராசதுரை சாப்பாட்டு மேசையில் எதுவும் பேசவில்லை. பீறிட்டுப் பாயும் கடந்த கால நினைவுகளுடன் சோற்றை அளைந்துகொண்டிருந்தான்.

5

சாரதா கெட்டிக்காரி. பண்ணை உற்பத்தியில் மாத்திரம் நின்று விடாமல் விவசாய விளைபொருட்களின் விநியோகம், ஏற்றுமதி வியாபாரத்திலும் காலடிவைத்தாள். ஆஸ்திரேலியா உலர்வலயம், உப–உலர்வலயம், குளிர்வலயம் ஆகிய மூன்று மண்டலங்களையும் கொண்டதொரு கண்டம். இங்கு வருஷம்

பூராவும் வெவ்வேறு சுவாத்தியங்களில் வளரக்கூடிய பயிர்களைப் பயிரிட முடியும். இவற்றுக்கான விநியோக, சேமிப்புச் சந்தை சிட்னியில் உண்டு. அங்கு பாரிய கிட்டங்கிகளிலே காய்கறியும் பழங்களும் குளிர் நிலையில் சேமிக்கப்பட்டு விநியோகிக்கப்படும். சாரதா இதுபற்றிய தொழில்நுட்பப் பயிற்சியொன்றை ஆஸ்திரேலியாவில் முடித்திருந்தாள். பத்து வருடங்களுக்கு ஒருமுறை இத்தகைய சேமிப்புக் கிட்டங்கிகள் குத்தகைக்கு விடப்படும். இராசதுரை சாமர்த்தியமாகக் காய் நகர்த்தி கிட்டங்கிகளை ஏலத்தில் பெற்றிருந்தான். அதிலே வாழைப்பழச் சேமிப்பும் விநியோகமும் ஆரம்பமாகின. ஆஸ்திரேலியாவில் வாழைப்பழ வியாபாரம் என்பது லேசுப்பட்ட விஷயமல்ல. வாரம்தோறும் பல்லாயிரக்கணக்கான மெற்றித் தொன்கள் விநியோகிக்கப்படல் வேண்டும். இதிலே சரியான கணிப்பும் முறையான தொழில்நுட்பமும் பிரயோகிக்காவிட்டால் பழங்கள் பழுதாகி பாரிய நஷ்டம் ஏற்படும். இதனால் இந்த வியாபாரத்தை ஏலமெடுக்க பலர் தயங்குவார்கள். சாரதா கொடுத்த தைரியத்திலே இராசதுரை வாழைப்பழ வியாபாரத்தில் இறங்கி, இப்போது கொடிகட்டிப் பறக்கிறான். தமிழர்கள் மத்தியில் மட்டுமல்ல வெள்ளையர்கள் மத்தியிலும் இராசதுரை இப்பொழுது பெரிய முதலாளி. ஐம்பதுக்கு மேற்பட்ட குளிரூட்டப்பட்ட லொறிகள் ‘சாரதா றான்ஸ்போட் சேர்விஸ்’ என்னும் பெயரில் வாழைப் பழங்களையும் பண்ணை விளைபொருட்களையும் விநியோகிக்கின்றன. தாராளமாக நன்கொடைகள் வழங்குவதிலும் அவன் பின்னிற்கவில்லை. அவனது முயற்சியையும் வியாபார வெற்றியையும் கண்டு நான் உண்மையாகவே பெருமைப்பட்டேன்.

இந்தக் கதையை மேலும் நகர்த்துவதற்கு, வாழைக்குலை களைப் பழுக்கவைக்கும் தொழில் நுட்பம் பற்றிச் சுருக்கமாகச் சொல்லவேண்டும்.

காய் பிஞ்சுகளை முற்றச் செய்வதும் பழுக்கச் செய்வதும் எதிலீன் என்னும் வாயு நிலை ஹோர்மோனே!

வாழைக்காய் உட்பட எல்லாக் காய்களிலிருந்தும் இயற்கை யாகவே எதிலீன் வாயு வெளியேறும். அப்பிள், எலுமிச்சை தோடங்காய்களிலிருந்து எதிலீன் பெருமளவில் வெளியேறுவது விஞ்ஞான ரீதியாக நிரூபிக்கப்பட்டுள்ளது. இதுபற்றி சாரதா நிறையவே வாசித்துப் போதிய தகவல்களைச் சேமித்திருந்தாள். அவளுக்குக் கற்பூரப் புத்தி. படித்த விஷயங்களை நடைமுறை வாழ்க்கையுடன் இணைத்துப் பார்த்து விளங்கிக்கொள்வாள். பெட்டிக்குள் வைக்கோல் போட்டு அடைத்து வைத்த மாங்காய் களும் நிலத்தில் தாட்டுப் புகையடித்த வாழைக் குலைகளும்

கெதியில் பழுக்கும் சூக்குமத்தை, என்னுடைய மனைவிக்கு ஒருமுறை சொல்லிக்கொண்டிருந்தாள். 'புகையினாலும் வைக்கோலினாலும் வெப்பம் அதிகரிக்க காய்களிலிருந்து இயற்கையாக வெளியேறும் எதிலீன் வாயு, காய்களைப் பழுக்கச் செய்யும்' எனச் சொன்னவள், சாப்பாட்டு மேசையில் அப்பிளுக்கு மேல் என்னுடைய மனைவி அழகாக அடுக்கி வைத்திருந்த வாழைப் பழங்களை எடுத்து வேறொரு பழக் கூடையில் வைத்தாள்.

'அப்பிளில் இருந்து வெளியேறும் எதிலீன் வாயு, வாழைப் பழத்தை மேலும் கனியச் செய்யும்..., அப்படித்தானே சாரதா?' எனக்கேட்டு தன்னுடைய விஞ்ஞான அறிவைப் புதுப்பித்தாள் என்னுடைய மனைவி. இராசதுரையின் தொழில்நுட்பத்துக்கும் இதுவே அடிப்படை. ஆனால் சற்று நவீனமானது!

வியாபார நடை முறைகளை இராசதுரை கவனித்துக்கொள்ள தொழில்நுட்ப விஷயங்களை சாரதா பார்த்துக்கொண்டாள். வாழைக் குலைகளை இராசதுரை குவீன்ஸ்லாந்து விவசாயிகளிடம் மொத்தமாக வாங்குவான். சீப்புகளாக அவற்றை வெட்டி, பூஞ்சண எதிர்ப்புத் திரவத்தில் கழுவியபின் குளிரூட்டிய கிட்டங்கிகளில் சேமிக்கப்படும். சந்தைப்படுத்த தேவையான வாழைப் பழங்களைக் கணக்கிட்டு, பாரிய 'சேம்பரில்' அடைத்து, குறிக்கப்பட்ட அளவு எதிலீன் புகையைச் செலுத்த வேண்டியது மிக முக்கியம். இது கத்தி விளிம்பில் நடப்பதைப் போன்றது. அதிக அளவு எதிலீன், பழங்களை விரைவில் பழுக்கச் செய்து பாரிய நட்டத்தை ஏற்படுத்தும். கணனி மயப்படுத்தப்பட்ட தொழில்நுட்பத்தில் ஒருமுறை சிக்கல் ஏற்படவே, சாரதா எனக்கு மின்னஞ்சல் அனுப்பியிருந்தாள்.

அடுத்த நாள் காலை அங்கு சென்றபோது, எனக்கு ஒரு ஆச்சரியம் காத்திருந்தது. எதிலீன் கட்டுப்பாட்டு அறையில், பூங்கொடிக்குத் தொழில் நுட்பங்களை விளக்கிக்கொண்டு நின்றாள் சாரதா. சகல சௌபாக்கியங்களுடன் வானத்திலிருந்து வந்த பூங்கொடியின் கணவன், அங்குள்ள ரெக்னீசியன் *(Technician)* இருக்கையிலே இருந்து விட்டத்தை அண்ணாந்து பார்த்துக்கொண்டிருந்தார். என்னை அங்கு எதிர்பார்க்காத பூங்கொடி நெளிவது கண்ணாடி யன்னலூடாகத் தெரிந்தது. எதையுமே காணாத பாவனையில் நான் கணினி அறைக்குள் புகுந்து, எதிலீன் அளவுகளைக் கணித்துத் தரவேற்றியபின் இராசதுரையின் அலுவலக அறைக்கு வந்தேன். தமிழ்க் கடையில் வாங்கிய கடலை வடையுடனும் எனக்கு விருப்பமான ஏலக்காய் போட்ட தேத்தண்ணியுடனும் இராசதுரை காத்திருந்தான்.

என்னை வரவேற்று தேத்தண்ணிக் கோப்பையை என்முன்னால் நகர்த்தியவன் 'உன்ரை மனதிலை நீ என்ன நினைக்கிறாய்...' என ஆரம்பித்தான்.

'நீ எனக்கு விளக்கம் சொல்லத் தேவையில்லை இராசதுரை. மனசார உன்ரை பெருந்தன்மை ஆருக்கும் வராது. ஆனால் எனக்கு விளங்காதது, பூங்கொடியின் புருஷனை நீ ரெக்னீசியன் கதிரையிலை இருக்க வைச்சிருக்கிறதுதான். அந்தாள் மரக் கட்டைபோல முகட்டைப் பார்த்துக்கொண்டிருக்குது...'

சிறிது நேரம் இராசதுரை எதுவும் பேசவில்லை. அவனுடைய மனம் கடந்த கால நிகழ்ச்சிகளை அசைபோட்டிருக்க வேண்டும். பின்னர் தன்னைச் சுதாகரித்துக்கொண்டு வார்த்தைகளைக் கவனமாகத் தெரிந்தெடுத்துப் பேசினான்.

'இதிலை இரண்டு விஷயங்களிருக்கு. பூங்கொடி-புருஷன்ரை தொழில் விசா ஒரு மாசத்திலை முடியப் போகுது. அதுக்கிடையிலை அவருக்கு ஒரு வேலை வேணும், விசாவைப் புதுப்பிக்க. அந்தாளுக்கு ஊரிலையே ஒருவகை மனச்சிதைவு நோய் இருந்திருக்க வேண்டும். நோய் முற்றிய நிலையிலை, அவர் இங்கை மட்டுமல்ல, இலங்கையிலும் வேலை எடுக்க முடியாது...'

'அதாலை, நீ சம்பளப் பட்டியல்லை புருஷனை சேர்த்திருக்கிறாய், வேலை செய்யிறது பூங்கொடி...! ஆனால், பூங்கொடி விஷயத்திலை கனகம்மாமி, இப்பிடிக் கூழ்ப் பானைக்குள் விழுந்திருக்கிறதைத்தான் என்னாலை நம்பேலாமல் இருக்கு...'

அப்போது தொலைபேசியில் வியாபார ஓடர் வரவே, அதை அலுவலக வியாபாரப் பிரிவுக்குத் திசை திருப்பிய இராசதுரை, கதையைத் தொடர்ந்தான்.

'சிலசமயம் நீயும் இந்த விசயத்திலை என்னை வித்தியாசமாக நினைக்கக் கூடும். பூங்கொடியையும் புருஷனையும் வேலைக்குச் சேர்த்தது, சாரதாவும் நானும் சேர்ந்து எடுத்த முடிவுதான். இங்கை எங்கடை ஊர்ச்சனங்கள் நிறையப்பேர் இருக்கிறது, உனக்குத் தெரியும். பூங்கொடி தனியனாக என்னட்டை வேலை செய்தால் அவையின்ரை வாய் சும்மா இருக்குமெண்டு நினைக்கிறியோ? மொட்டந்தலைக்கும் முழங்காலுக்கும் முடிச்சுப் போடுவினம். இது எனக்குத் தேவையோ..?'

'சரவணைஅம்மான், கனகம்மாமி, பூங்கொடி, நீ, நான், வெண்டிக்காய், எதிலீன்வாயு என, காலம் எப்பிடி முடிச்சுப் போட்டிருக்கு பாத்தியோ...,' என்றேன் நான் பூடகமாக.

‘பொடிவைச்சுப் பேசாமல் கொஞ்சம் விளக்கமாய்ச் சொல்லு’ என்றான், நான் சொல்லப் போவதைக் கேட்கும் ஆவலில்.

‘சரவணை அம்மான் சாகிறதுக்கு முதல் நடந்த வெண்டிக்காய்ச் சண்டை உனக்கு ஞாபகமிருக்கும். சாவகச்சேரிச் சந்தையிலை அவர் நுனி முறிச்சுப்பாத்து, பிஞ்சாகத்தான் வெண்டிக்காய் வாங்கினவர். சின்னாச்சிக் கிழவி விக்காமல் கிடந்த எலுமிச்சங்காய்களையும் வெண்டிக் காயோடை சேர்த்து சாக்குப் பைக்குள்ள தள்ளிவிட, சரவணை அம்மான் கள்ளுக் கொட்டில்லை சமா வைத்திருக்கிறார். வெய்யில் சூட்டுக்கு எலுமிச்சங்காயிலிருந்து எதிலீன் வெளியேற, பிஞ்சு வெண்டிக் காய் முத்திப்போச்சு ...’ என விளக்கம் சொன்ன என்னை மறித்து, ‘இதாலை வீணாய் சரவணை அம்மான்ரை உயிரும் போச்சுது ...’ எனச் சொல்லி நிறுத்தினான் இராசதுரை.

பலதும் பத்துமாக நனவிடைத் தோய்ந்த பின், இராசதுரை யிடமிருந்து விடைபெற்றேன். வீடு நோக்கி காரைச் செலுத்திய எனக்கு, கனகம் மாமி பற்றிய நினைவுகள் மனதிலே குதியாட்ட மிட்டன. மகளுடன் இருக்கும் அவருக்கு ஊரிலுள்ள எல்லா வியாதிகளும் இருப்பதாகக் கேள்வி. இப்போது அவர் வெளியி லெங்கும் போவதில்லையாம். எனக்கு கனகம் மாமியை ஒருமுறை பார்க்கவேணும் போல, மனதிலே அரிப்பெடுக்கின்றது. என்னதான் இருந்தாலும், இந்த விவர்ணத்தின் மூலம் அவரல்லவா!

மிருகம்

இப்பொழுதெல்லாம் சாம்பசிவம் அடிக்கடி வெளிநாடுகளுக்குப் பறக்கிறான். அவனுடைய உத்தியோகம் அப்படி!

இன்றும் பயணம். விமானநிலையத்திற்கு சாம்பசிவத்தின் மனைவிதான் காரை ஓட்டி வருவாள். வழமைபோல அவள் காரை எடுத்து வீட்டிற்கு முன்னால் நிறுத்தினாள்.

சாம்பசிவம் காரில் ஏறும்போது 'ஜிம்மி' ஓடிவந்து தன் முன்னங்கால்களை அவன் கைகளிலே போட்டு விசுவாசத்துடன் இரண்டு தடவைகள் முக்கி முகர்ந்தது. 'ஜிம்மி' அவன் வீட்டிலே செல்லப்பிள்ளை போல் வளர்ந்து வரும் நாய். அது இவ்வாறு வழக்கமாகச் செய்யும் வழியனுப்புதல், அவனுக்குப் பிடித்தமான தொன்றாய் அமையலாயிற்று.

சிட்னி விமான நிலையத்தில் எல்லாம் திட்மிட்டபடி நடந்தேற சாம்பசிவம் விமானத்தில் ஏறிக்கொண்டான்.

இது தென்கொரிய நாட்டைச் சென்றடைவதற்கான பறப்பு!

தென் கொரியாவின் கீழே குட்டித்தீவு ஒன்று உண்டு. *Cheju Island* என்று பெயர். இரண்டாம் உலக மகாயுத்தத்திலே, யப்பான் இத்தீவினைப் பிடித்தே இங்கிருந்து கொரியா முழுவதையும் தனது ஆட்சிக்குள் அடிமைப்படுத்தியதாகச் சொல்வார்கள். இத்தீவில் இப்பொழுது தென்கொரியாவின் ஆட்சி நிலைத்துள்ளது. இத்தீவு சுண்ணாம்புக் கற்களுக்கும்

குதிரைகளுக்கும் பெயர் பெற்றது. மண்டறின் *(Mandarin)* என்னும் தோடை இனம் இங்கு செழிப்பாகப் பயிரிடப்படுகின்றது.

இத்தீவின் இயற்கை அழகிலே மனதைப் பறிகொடுத்த யப்பானியர்கள், தேன்நிலவைக் கழிக்க பெருந்தொகையாக வருவதாகவும், இதனால் இது தேன்நிலவுத் தீவு என்று அழைக்கப் படுவதாகவும் சாம்பசிவம் சஞ்சிகைகளில் படித்துள்ளான்.

தேனீக்களைப்போல இரவு பகலாக ஓடிஓடி உழைக்கும் யப்பானியர்கள் இத்தீவுக்கு வந்தவுடன் பணத்தைத் தண்ணீர் போல் செலவு செய்வார்கள். இவர்களின் பணச் செலவிலே தீவு புதிய வனப்பும் அந்தஸ்தும் பெறலாயிற்று.

பட்டுப்போன்ற குறுமணற் கடற்கரைகளும் உல்லாசமான குதிரைச் சவாரிகளும் உல்லாசத்திற்கு உதவும் 'இன்ன பிறவும்' அவற்றை அந்தரத்தில் அனுபவிக்கும் ஒருவகைத் தனிமையும் இத்தீவிலே தாராளமாய்க் கிடைப்பதாக, அவனுக்கு முன்னர் அத்தீவுக்குச் சென்று திரும்பிய சகா ஒருவன் வாயூறக் கூறி யிருந்தான். சுண்ணாம்புக் கற்களிலே செதுக்கப்படட காவல் தெய்வங்கள் தீவிலுள்ள ஒவ்வொரு வீட்டு வாசலிலும் காணப் படுவதாகக் கூறி, சாம்பசிவத்திற்கு அப்படியானதொரு காவல் தெய்வமொன்றை அவன் பரிசாகத் தந்துமிருந்தான்.

இங்கு உல்லாச ஹோட்டல்கள் சர்வதேசத் தரம் வாய்ந்தவை. அதன் தரத்தினை மேலும் உயர்த்தக் கொரியா விரும்பியது. இந்த சந்தர்ப்பத்தினைப் பயன்படுத்தி இத்தீவின் ஹோட்டல் தொழிலை ஒட்டு மொத்தமாகக் குத்தகைக்கு எடுத்துப் பெரும் பணம் சம்பாதித்தல் சாத்தியம் என்பதை சாம்பசிவத்தின் நிறுவனம் புரிந்து கொண்டது. இந்தச் சூக்குமத்தை முன்மொழிந்த பெருமையும் சாம்பசிவத்தையே சாரும்.

பல சர்வதேச நிறுவனங்கள் இதற்குப் போட்டியிட்டன. எண்பதுகளின் இனக்கலவரத்திலும் அழிந்துபோகாது, மீண்டும் உயிர்த்து வளம் கொண்ட இலங்கை நிறுவனம் ஒன்றும் *Cheju* தீவின் வருங்கால வருமானத்தைக் கணக்கில் எடுத்துப் போட்டியில் குதித்தது. இறுதியில் சாம்பசிவத்தின் அவுஸ்திரேலிய நிறுவனத்திற்கும் இலங்கை நிறுவனத்திற்கும் இடையிலேயே போட்டி என்னும் நிலை உருவாயிற்று.

இலங்கை நிறுவனத்தின் ஒப்பந்த ஓட்டைகளை அங்கு வேலை செய்த சிங்கள நண்பன் பியசேனா மூலம் நன்கு அறிந்துகொண்ட சாம்பசிவம் அந்த ஒப்பந்தத்தை *Under cut* பண்ணியே குத்தகையைத் தனது கம்பனிக்குக் கிடைக்கச்

செய்தான். இதற்குப் பிரதியுபகாரமாக பியசேனாவின் ‘பை’ அவுஸ்திரேலிய டொலர்களால் நிரப்பப்பட்டது.

போட்டியிட்ட இலங்கைக் கம்பனி, தான் ஈட்டும் லாபத்தின் பெரும் பகுதியைப் பாதிப்படைந்த மக்களின் புனர்வாழ்விற்கே செலவு செய்யும் சமூக நிறுவனம் என்பதை அறிந்ததும் சாம்பசிவத்தின் உள்மனம் குறுகுறுத்தது. பிறந்த மண்ணிற்கும் மக்களுக்கும் துரோகம் செய்கிறோமா என்று அவனது மனச்சாட்சி ஓரிரு சந்தர்ப்பங்களில் அலட்டிக்கொண்டாலும், சாம்பசிவம் கட்டிக்காத்து வளர்த்த ‘தொழில் விசுவாசமே’ ஈற்றில் வென்றது.

கம்பனிக்கு அவன் சம்பாதித்துக் கொடுத்த அந்த உடன்படிக்கையில் கைச்சாதிடவே இந்தப் பயணத்தை மேற்கொண்டிருக்கிறான்.

உணவுகள் பரிமாறப்பட்டபின் லைற்றை அணைத்து வீடியோப் படத்தை ஓடவிட்டாள் விமானப் பணிப்பெண். விமானத்தில் பொருத்தப்பட்டுள்ள பிரதான திரையிலும் ஒவ்வொரு இருக்கைக்கும் முன்னால் உள்ள குட்டித் திரையிலும் வீடியோ படம் ஓடத் தொடங்கியது. நாய் ஒன்றை மையமாக வைத்து அந்தப்படம் எடுக்கப்பட்டிருந்தது. நாயின் அட்டகாசமான புத்திசாலிச் செயல்கள் திரையில் ஓடிக்கொண்டிருந்தன.

ஒருகாலத்தில் சாம்பசிவத்துக்கு நாயென்றாலே ஒருவித நடுக்கம். தான் பிறந்து வளர்ந்த கிராமத்தில் தெருநாய் ஒன்று தன்னைக் கடித்ததும் அதைத் தொடர்ந்து பட்டணத்திற்கு பஸ்ஏறி அங்குள்ள ஆஸ்பத்திரியில் ‘பொக்கிளை’ச் சுற்றி இருபத்தொரு ஊசி போட்டுக்கொண்டதும் அவன் மனத் திரையில் ஓடியது. அதன் வலியும் வேதனையும் அவன் இன்றும் மறக்காதவை.

ஆஸ்திரேலியா வாசியான பிறகும் நாய் என்றால் அவனுக்கு அலேர்ஜியாகவே இருந்தது. நாய் வளர்க்கும் வீடுகளுக்குப் போவதையும் அவன் பெரும்பாலும் தவிர்த்துக்கொண்டான்.

குடும்பம் என்ற ஒன்று வந்தவுடன், சாம்பசிவம் மற்றவர் களுடைய விருப்பு வெறுப்புகளையும் அனுசரித்துப் போக வேண்டி வந்தது. சாம்பசிவத்தின் பெற்றோர் தெரிவு செய்த பணக்கார மனைவிக்கோ நாயின்மீது கொள்ளை ஆசை. அவள் கொழும்பில் பிறந்து வளர்ந்தவள். பணக்காரத் தாத்தா காலத்திலிருந்தே அவளின் குடும்பம், நாய் வளர்க்கும் மோகத்தினைப் பூஜித்து வந்துள்ளது. பணக்கார மனைவியைத் திருப்திப்படுத்த நாய் விடயத்தில் பல விட்டுக் கொடுப்புகளை அவன் மேற்கொள்ள வேண்டியதாயிற்று.

சாம்பசிவம் வீட்டில் நாய் ஒன்று வளர்க்கப்பட்டது. ஊரில் உள்ள தெருநாய் போல் அல்ல. ஜிம்மி நல்ல சாதி நாய். குடும்ப அங்கத்தவர்கள் அனைவருடனும் விசுவாசமாக, சமமாக, செல்லமாகப் பழகியது. குழந்தை இல்லாத குறையைக்கூட அது பூர்த்தி செய்வதாக வீட்டில் உணர்ந்த சந்தர்ப்பங்களும் உண்டு.

இரண்டு வருடங்கள் கழித்து சாம்பசிவத்தின் மனைவி அழகான குழந்தையொன்றைப் பெற்றெடுத்தாள். அது, ஜிம்மி வீட்டிற்கு வந்த ராசி என்றுதான் சாம்பசிவத்தின் மனைவி சாதித்தாள். அவனுக்கு நாய் மீதிருந்த பயம் முற்றாக நீங்கியது. அதனை அன்புடன் பாராட்டும் மனசும் வந்தது.

ஜிம்மி மீது பாசம் மேலோங்குவதற்குப் பிறிதொரு சம்பவமும் காரணமாக அமைந்தது.

சாம்பசிவம் எஜமான விசுவாசத்துடன் தொழில் செய்வதில் மகா கெட்டிக்காரன். படிப்படியாகப் பதவி உயர்ந்து நிறைவேற்று அதிகாரம் கொண்ட அதிகாரியாக முன்னேறிவிட்டான். பேச்சுச் சாமர்த்தியம் அவனுக்கு இயல்பாகவே வந்த கலை. எவரையும் தனது பேச்சால் இலகுவில் மடக்கி, தன் வழிக்குக் கொண்டுவந்துவிடுவான். கல்வி தராதரங்களிலும் பார்க்க ஆஸ்திரேலியா தொழில் நிறுவனங்களிலே இதுவே பெரிதும் வரவேற்கப்படுவதால் அவனது ஊதியமும் உயர்ந்தது.

பதவிக்கும் பணத்திற்கும் ஏற்ப, நீச்சல் குளத்துடன் கூடிய அழகிய மாடிவீடு ஒன்றினைப் புதிதாக வாங்கிக் குடியேறினான். தமது முன்னேற்றத்தினை உறவினர்கள் மத்தியிலும் நண்பர்கள் மத்தியிலும் தம்பட்டமடித்தல் சாமான்ய மனித இயல்பு. அந்த அழகிய நீச்சல் குளத்தின் அருகே, ஆஸ்திரேலிய மோஸ்தரில் BBQ விருந்து ஒன்றினை ஏற்பாடு செய்திருந்தான். நெருப்பிலே வாட்டிய இறைச்சி வகைகளுக்கு ஏற்ப மதுவகைகளும் பரிமாறப்பட்டன. நீச்சல் குளத்தை ஒட்டினாற்போல் அமைக்கப்பட்டிருந்த Garden Table ஒன்றிலே பலவித மதுப்போத்தல்கள் அடுக்கப்பட்டிருந்தன. யாவும் விலையுயர்ந்த மது வகைகள். சாம்பசிவம் வெளிநாடு செல்லும்போதெல்லாம் Duty free கடைகளில் வாங்கிச் சேமித்தவை யாக இருக்க வேண்டும்.

சூரியன் மறைய, மங்கிய நிலா வெளிச்சத்திலும் அங்கொன்றும் இங்கொன்றுமாக கலைநயத்துடன் மறைவாகப் பொருத்தப்பட்டிருந்த மின் விளக்குகள் சிந்திய ஊமை வெளிச்சத்திலும் நீச்சல்குளம் மிக ரம்மியமாகக் காட்சி தந்தது.

விருந்துக்கு வந்தவர்களின் குழந்தைகள் குளத்தின் அருகில் ஜிம்மியுடன் விளையாடிக்கொண்டிருந்தார்கள். விடலைப்

ஆசி. கந்தராஜா

பருவத்து இளைஞர் சிலர் ஆசையைக் கட்டுப்படுத்த முடியாமல், நீச்சல் குளத்தில் இறங்கிக் குளிக்கவும் நீந்தவும் செய்தார்கள்.

'குளத்தின் *Deep end*க்கு போயிடாதேயுங்கோ, *Shallow line*ஐ ஒருத்தரும் தாண்டவேண்டாம் . . !' என்று எச்சரித்துக்கொண்டே மதுவகைகளின் தாராளப் பரிமாற்றத்தை ஊக்குவித்தான் சாம்பசிவம்.

மதுவின் சூடு தலைக்கேற 'பெருங்குடி' மக்கள், கூட்டம் கூட்டமாக நின்று ஊர்வம்பளந்து கொண்டு நின்றார்கள்.

அப்பொழுதுதான் அது சடுதியாக நடந்தது!

நண்பர்களுடன் விளையாடிக்கொண்டிருந்த சாம்பசிவத்தின் நாலு வயது மகன், கால் தவறிக் குளத்தின் *Deep end*க்குள் விழுந்துவிட்டான். சேர்ந்து விளையாடிய குழந்தைகளின் அவல அலறல் கேட்டுத் திரும்பிப்பார்த்த அனைவரும் உடல் விறைக்க மலைத்து நின்றார்கள்.

சாம்பசிவம் இரத்த ஓட்டமே நின்றுவிட்டது போல வெளிறிய முகத்துடன் செயலற்று நின்றான். அவனது மனைவியோ ஒப்பாரி வைக்கத் தொடங்கினாள்.

மனிதர்கள் செயலற்றுப் போயிருந்த நிலையிலும், ஜிம்மி விவேகத்துடன் செயற்பட்டது. குளத்தில் பாய்ந்த அது, சாம்பசிவத்தின் மகனுடைய சேட்டினை வாயில் கடித்துக் கவ்விக்கொண்டு நீச்சலும் இழுவையுமாக அவனை *Shallow end*க்கு இழுத்து வந்தது.

அன்றிலிருந்து சாம்பசிவம் வீட்டிலே ஜிம்மி ஒரு ஹீரோவாகக் கணிக்கப்பட்டது. அதற்கு ராஜமரியாதை கிடைத்தது. ஆனால் ஜிம்மி புதிய சலுகைகள் எதைப்பற்றியும் சட்டை செய்யாது, பழைய ஜிம்மியாக நட்பும் விசுவாசமும் உள்ள நாயாகவே பழகியது.

சாம்பசிவத்தின் எண்ண ஓட்டங்கள் நிறைவு பெற, சின்னத் திரையில் படமும் முடிவடைந்தது. படத்தில் காட்டப்பட்ட நாயின் சாகஸங்களுடன் ஜிம்மியை இணைத்துப் பார்த்து சாம்பசிவம் பூரிப்படைந்தான்.

சாம்பசிவம் பறப்பினை மேற்கொண்ட விமானம் தென்கொரிய தலைநகரான சியோலில் இறங்கிற்று. *Cheju* தீவில் நேரடியாகத் தரையிறங்க யப்பானிய *Jal* விமானத்திற்கே அனுமதி கொடுக்கப்பட்டிருந்தது. இதனால் சாம்பசிவம் ஒரு சிறிய கொரிய விமானத்தில் ஏறி, பயணத்தைத் தொடர்ந்தான். அங்கு

அவனுக்குத் தடபுடல் வரவேற்புக் கிடைத்தது. செங்கம்பள வரவேற்பின் சகல அம்சங்களையும் அது பெற்றிருந்தது.

சூழ்நிலைக்கு ஏற்ப நடந்துகொள்ளும் கலையில் சாம்பசிவம் மன்னன். அவனது அசுர முன்னேற்றத்திற்கு இந்தக்குணம் பெரிதும் பங்களிப்புச் செய்தது.

எந்தவித இடைஞ்சலுமின்றி இருசாராருமே வெற்றி கொண்டாடும் வகையில் ஒப்பந்தம் நிறைவு பெற்றது. ஆஸ்திரேலியக் கம்பனியின் சார்பில் சாம்பசிவம் கைச்சாத்திட்டான். கைகுலுக்கி, பத்திரங்கள் பரிமாறப்பட்டன. இனி . . ? வழமையான பார்ட்டிதான்!

கொரிய வழக்கப்படி ஒரு விசேட விருந்துக்கு ஏற்பாடு செய்திருந்தார்கள்.

கொரிய நிறுவனத்தின் முக்கிய அதிகாரிகளும் சாம்பசிவமும் புத்தம் புதிய வாகனமொன்றில் ஏறிக்கொண்டார்கள். உடன்படிக்கை கைச்சாத்திட உதவி புரிந்த பெண் செயலாளர் கையசைத்து விடைகொடுத்தாள்.

'அவளும் எங்களுடன் வரலாமல்லவா . . ?' என்று கொரியனைக் கேட்டான் சாம்பசிவம்.

கொரிய வழக்கப்படி 'இப்படியான' பார்ட்டிகளுக்கு இத்தகைய பெண்கள் செல்வதில்லை என்றான் கொரியன்.

தீவின் அமைதியான பகுதியிலுள்ள பெரியதொரு பழத்தோட்டம் ஒன்றிலேதான் அந்த விசேட விருந்து ஒழுங்கு செய்யப்பட்டிருந்தது.

கொரிய அதிகாரிகளும் சாம்பசிவமும் பயணித்த வாகனம் அந்தத் தோட்டத்தின் வாசலிலே நிறுத்தப்பட்டது. வாசலில் அழகான சோடனைகள். இத்தகைய சோடனை விஷயங்களில் கொரியர்களையும் சீனர்களையும் யாரும் வெல்ல முடியாது. எளிமையையும் அழகையும் இணைப்பதுதான் அவர்களின் கலைத்துவத்தின் சாதனை என்று சாம்பசிவம் நிதானித்தான். வாசல் அலங்காரத்தின் அங்கமாகத் தோற்றமளித்த கொரிய இளம் பெண்கள் அவர்களைக் குதூகலமாக வரவேற்றார்கள்.

தோட்டத்தின் பிரதான பாதையிலே நடக்கத் தொடங்கினார்கள். இரு மருங்கிலும் தோடம்பழங்களும், ஆப்பிள் பழங்களும் செழுமையுடன் காய்த்துத் தொங்கின. அந்தப் பழ மரங்களில் புகுந்த, இனிய மணம் கலந்த காற்று இதமாக இருந்தது. தோட்டத்தின் மத்தியிலே ஆங்காங்கு வேயப்பட்ட சிறிய குடில்கள் காணப்பட்டன.

சற்றே பெரிதாகத் தோன்றிய குடில் ஒன்றுக்குள் சாம்பசிவம் அழைத்துச் செல்லப்பட்டான். வண்ண விளக்குகளும் பல நிறச்சேலைகளும் கொண்டு, கொரியக் கற்பனையும் கலைவண்ணமும் குழைய, குடில் அலங்கரிக்கப்பட்டிருந்தது. பழத் தோட்டத்தின் நறுமணத்திற்கு ஒரு கிறக்கத்தினை ஏற்படுத்தும் வகையிலே கொரிய இசை காற்றிலே கலந்துகொண்டிருந்தது.

குடிசைக்குள் அழகிய சீமெந்து திண்ணை. அதன் மத்தியிலே குள்ளமான, பரப்பில் பெரிய, கொரிய வேலைப்பாடுகளுடன் கூடிய மேசை. மேசையைச் சுற்றிவர அழகிய விரிப்பு ஒன்று போடப்பட்டிருந்தது. விரிப்பிலே அமர்வதற்கும் வசதியாக சாய்வதற்கும் பல்வேறு பட்டுத் தலையணைகள் ஆங்காங்கு வீசப்பட்டிருந்தன. பாதணிகளைக் கழற்றிய பின்னர் மேசையைச் சுற்றிப் போடப்பட்டிருந்த விரிப்பிலே விருந்தினர்கள் சம்மணம் கொட்டி அமர்ந்துகொண்டனர். சாம்பசிவமும் கொரியர்களைப் பின்பற்றி வசதியான இடத்தில் அமர்ந்துகொண்டான்.

மேசையின் நடுவில் ஒரு Gas burner. அழகிய இளம் பெண் ஒருத்தி முழங்கால் குத்தி உடம்பை முன்னே வளைத்து வணக்கம் கூறிய பின்னர், Burnerஐப் பற்ற வைத்து, சட்டியை வைத்தாள். அதற்குள் எண்ணெய்யும் தண்ணீரும் கலந்த திரவமொன்றை ஊற்றிக் கொதிக்க விட்டாள்.

கொரியப் பெண் சுறுசுறுப்பாகவே இயங்கினாள். சட்டியில் ஊற்றப்பட்ட திரவம் கொதிப்பதற்கிடையில் பதப்படுத்தப்பட்ட இறைச்சி வகைகளையும், ஊறுகாய், 'சலாட்' இலைகளையும் மேசை எங்கும் பரப்பிவைத்தாள்.

மது அருந்தும் சடங்கு தொடங்கியது. இதில் கொரிய கலாசாரத்தைப் பின்பற்றுவதில் அவர்கள் அக்கறை காட்டினார்கள். மது அருந்துவதற்கு மட்பாத்திரங்கள். கொரிய பாரம்பரிய முறையில் அரிசியிலிருந்து தயாரிக்கப்பட்ட மதுவே பரிமாறப்பட்டது.

பாத்திரத்தில் வார்க்கும் மதுவினை ஒரே மடக்கில் குடித்துவிட்டு, மது அருந்திய பாத்திரம் காலியாக்கப்பட்டதனை நிரூபிக்கப் பாத்திரத்தைக் கவிழ்த்து வைத்துவிட வேண்டும். ஒருவர் மாறி ஒருவர் மற்றவருடைய பாத்திரத்தில் மதுவை நிரப்பிக்கொண்டிருந்தார்கள். ஒருவர், மது தரமுற்படுகையில் அதனை மறுத்தால், கொரிய வழக்கப்படி அவருடைய நட்பை நிராகரிப்பதாகப் பொருள்படும். இந்த சம்பிரதாயங்கள் எல்லாவற்றையும் நன்கு அறிந்திருந்த சாம்பசிவம் யாருடைய மனமும் கோணாதவாறு கனவானாகவே நடந்துகொண்டான்.

கள்ளக் கணக்கு

மது அருந்தும் சம்பிரதாயம் நடந்துகொண்டிருக்கும் பொழுதே கொரிய இளம் பெண் கொதிக்கும் சட்டியிலே இறைச்சித் துண்டுகளையும் ஏதேதோ சரக்குகளையும் கொட்டி அவியவிட்டுக் கிளறிக்கொண்டிருந்தாள்.

ஒவ்வொருவருக்கு முன்னாலும் வர்ண வேலைப்பாட்டுடன் கூடிய மட்பாத்திரத்திலே சோறு வைக்கப்பட்டிருந்தது. அதன் மீது Chopsticks எனப்படும் குச்சிகளும் சாத்தப்பட்டிருந்தன. ஒவ்வொரு கட்டத்திலும் சாம்பசிவம் விசேடமாகக் கவனிக்கப்பட்டான். அவனுடைய சோற்றுச் சட்டிக்குப் பக்கத்தில் மூன்று நான்கு பொரித்த கோழிக் கால்களும் வைக்கப்பட்டிருந்தன.

இளம் பெண்ணால் தயாரிக்கப்பட்ட 'சூப்'பின் மணம் குடில் முழுவதும் தவழ்ந்தது. தடித்த சூப்பை ஒவ்வொரு முறையும் துழாவியவாறே சிறிய மட்பாத்திரத்திலே ஊற்றி ஒவ்வொருவருக்கும் பரிமாறினாள் அந்தப்பெண். பின்னர் ஒவ்வொருவரும் தங்கள் விருப்பத்திற்கு ஏற்றவாறு தாங்களாகவே பரிமாறிக்கொண்டனர்.

சூடு ஆறாது பரிமாறப்பட்ட 'சூப்'பினையும் இறைச்சித் துண்டுகளையும் கொரிய நண்பர்கள் பெரிதும் சுவைப்பதைக் கண்ட சாம்பசிவம் அதை விரும்புவதாகக் காட்டிக்கொண்டான்.

மேலும் மேலும் இறைச்சியை மென்றுகொண்டே அது என்ன இறைச்சி என்று நிதானிக்க முயன்றான். முடியவில்லை. சலாட் இலைபோன்று காணப்பட்ட முழு இலை ஒன்றை எடுத்தான், அருகில் இருந்த கொரியன். இலையின் நடுவே பதப்படுத்தப்பட்ட இறைச்சித் துண்டையும் நீட்டுவாக்கில் மெல்லியதாக சீவப்பட்ட பச்சை வாழைக்காய்த் துண்டையும், உள்ளி இஞ்சியையும் ஒருங்கே வைத்து வெத்திலை போல் மடித்து, 'இது நன்றாக இருக்கும். சாப்பிட்டுப்பார். இதுவும் கொரிய உணவு முறையில் ஒன்றுதான்' எனக் கொடுத்தான்.

தொடர்ந்து 'எப்படி இருக்கிறது..?' எனக் கேட்டான், கொரியன், மதுவைக் கோப்பையில் நிரப்பியவாறே.

'நல்லாகத்தான் இருக்கிறது. இது என்ன இறைச்சி?' எனக் கேட்டான் சாம்பசிவம்.

'இது நாய் இறைச்சி.'

'நாய் இறைச்சியா?' சாம்பசிவம் மிடறு முறித்தான்.

'சட்டிக்குள் அவிவதும் அதுதான். ஏன்..? ஆஸ்திரேலியாவில் கங்காருவையும் பன்றியையும் குதிரையையும் சாப்பிடுகிறார்களே,

அதுமாதிரிதான் இதுவும். நாய் இறைச்சி உண்பது எமது பாரம்பரிய வழக்கம்.'

போதை தலைக்கேறிய நிலையிலும் சாம்பசிவத்துக்கு பிரக்கேறி சிரசிலடித்தது. இதைக் கண்ட இன்னுமொரு கொரியன் 'கவலைப்படாதே, இது சுத்தமான இறைச்சிதான். ஆஸ்திரேலியாவின் வடமாநிலத்திலே மக்கள் முதலை இறைச்சி சாப்பிடுகிறார்களே, அதற்கு இது எந்த வகையிலும் குறைந்தது இல்லை' என்றான் சிரித்தவாறே.

இவற்றைக் கேட்டதும் சாம்பசிவத்துக்கு வயிற்றைக் குமட்டியது. பாம்பு தின்னும் ஊருக்குப் போனால் நடுமுறி நமக்கு என்கிற தன்னுடைய சவுடால்கள் எல்லாம் தன்னைக் கைவிடுவதாக உணர்ந்தான். இருந்தாலும், அவன் இங்கு தனி மனிதனல்ல. ஒரு கம்பனியின் பிரதிநிதி. கொரிய மண்ணிலே அவனது கம்பனியின் வியாபாரம் நன்கு வேர் ஊன்ற வேண்டும். தன்னுடைய சங்கடங்களை அவர்களிடமிருந்து மறைப்பதற்காகக் குடிலுக்கு வெளியே உற்றுப் பார்த்தான்.

அழகிய கொழுத்த நாய்க்குட்டி ஒன்று மருட்சியுடன் சாம்பசிவத்தை உற்றுப் பார்த்துக்கொண்டு நின்றது. அவனுக்கு ஜிம்மியின் ஞாபகம் வந்தது.

தனக்குப் பிரத்தியேகமாகப் பரிமாறப்பட்ட பொரித்த கோழிக் கால்களை எடுத்து நாய்க்குட்டிக்கு காட்டி அருகில் வருமாறு அழைத்தான். மருட்சியும் தயக்கமும் கலந்தபடி மெதுவாக அருகில் வந்தது நாய்க்குட்டி.

சாம்பசிவத்தின் மூளைக்குள் 'பொறி' ஒன்று தட்டியது கோழிக்காலுடன் சட்டிக்குள் அவிந்த பெரிய நாய் இறைச்சித் துண்டொன்றையும் எடுத்துக் கீழே போட்டான்.

நாய்க்குட்டி நாய் இறைச்சித் துண்டை முகர்ந்து பார்த்து விட்டு, கோழி இறைச்சியை மாத்திரம் உண்டது.

இந்த நாய்க்குட்டியைப் பார்த்த இன்னுமொரு நாய், அந்த இடத்துக்கு வந்து சேர்ந்தது. சாம்பசிவத்துக்கு எப்போதும் பரிசோதனைக் குணம். முதல் நாய்க்குட்டிக்குச் செய்தது போன்றே இதற்கும் செய்தான். ஊஹூம், நாய் இறைச்சியினை இதுவும் தீண்டாது, கோழி இறைச்சியை மட்டுமே உண்டது.

'இந்தப் பண்பிற்கு என்ன பெயர்?' மூளையைக் குடைந்து கொண்டான் சாம்பசிவம்.

தன் கம்பனியின் சார்பாகக் கொரியாவில் வெற்றி நாட்டிய சாம்பசிவம் சிட்னி மீண்டான். மனைவியும் மகனும் அவனுக்காக விமான நிலையத்தில் காத்திருந்தார்கள். காரில் ஏறிக்கொண்டதும் அவனையும் அறியாமலே 'ஜிம்மி எப்படி இருக்கிறது?' என்றான். 'He is fine' என்று மகன் முந்திக்கொண்டு பதில் சொன்னான்.

அனைவரும் வீடு வந்து சேர்ந்தார்கள். காரைக் கண்டதும் ஜிம்மி வழமைபோல ஓடிவந்து தன் முன்னங்கால்களை சாம்பசிவத்தின் கைகளில் போட்டு இரண்டு தடவைகள் முக்கி முகர்ந்தது. இருப்பினும், இன்று அது முக்கி முகர்ந்தது சாம்பசிவத்துக்கு அசௌகர்யத்தைக் கொடுத்தது. சாம்பசிவம் பதிலுக்கு ஜிம்மியைத் தட்டிக் கொடுத்தான்.

மூக்கை மேலே உயர்த்தி, துவாரத்தினை நன்கு விரித்தவாறே, மீண்டும் அவனைச் சுற்றி வந்து முகர்ந்து பார்த்தது ஜிம்மி. மறுகணம் வாலைச்சுருட்டிக் கொண்டுபோய் ஒரு மூலையில் உட்கார்ந்துகொண்டது.

இது வழமைக்கு மாறான செயலானாலும், இதனை அதிகம் ஒருவரும் பாராட்டவில்லை. கொரியப் புதினங்களிலே மூழ்கிப் போனார்கள். எல்லாப் புதினங்களையும் விஸ்தாரமாகக் கூறினான் சாம்பசிவம். ஆனாலும் நாய் இறைச்சி சாப்பிட்டது பற்றி மூச்சே விடவில்லை. அடுத்த நாள். சாம்பசிவம் பரபரப்புடன் கம்பனிக்குப் புறப்பட்டான். தனது வெற்றியைக் கம்பனியின் இயக்குநர் சபையுடன் பகிர்ந்துகொள்ளும் ஆர்வம். இயக்குநர் சபையினர் அவனைப் பாராட்டுவதற்காக மதிய விருந்தொன்றை ஏற்பாடு செய்திருந்தார்கள். சாம்பசிவம் தான் பிறந்த மண்ணின் கம்பனி சமர்ப்பித்த கேள்விப் பத்திரத்தை முறியடித்துத்தான் இந்த வெற்றியைச் சம்பாதித்தான் என்பது இயக்குநர் சபைக்கு நன்கு தெரியும். சொந்த இன உணர்வுகளுக்கு மேலாக கம்பனி நலன்களைப் பேணும் சாம்பசிவத்தை உரிய முறையில் அங்கீகரிப்பதற்கு, அவனது சம்பளத்தில் பெரியதொரு அதிகரிப்பினை பிரேரிக்க இருப்பதாகவும் அறிவிக்கப்பட்டிருந்தது. இந்தப் பரபரப்புகளுக்கு முகம் கொடுக்க சித்தம் உடையவனாகவே அவன் புறப்பட்டான்.

வழக்கம்போல அவனை வழயனுப்பி வைக்க ஜிம்மி வரவில்லை. ஜிம்மி எங்கே போயிருக்கும்...?

கம்பனிக்குப் போகும் அவசரத்தில் அவன் இதைப் பெரிதாக எடுத்துக்கொள்ளவில்லை. கொரிய வெற்றியைக் கம்பனி

சகாக்களுடன் கோலாகலமாகக் கொண்டாடிய சாம்பசிவம் வீடு திரும்பினான்.

'ஜிம்மியை எங்கேயும் காணவில்லை' என்ற தகவல் அவனை வரவேற்றது. 'ஜிம்மி எங்கே..?' அனைவரும் தேடினார்கள்.

அடுத்தநாளும் அது வரவில்லை.

'ஜிம்மிக்கு என்ன நடந்திருக்கும்..? அது ஒரு நாளும் இப்படிப் போனதில்லையே?' பரிதவித்தாள் சாம்பசிவத்தின் மனைவி. சாம்பசிவத்துக்கு உள்மனம் குறுகுறுத்தது. 'அது'தான் காரணமாக இருக்குமோ..?

காரணம் எதுவாக இருந்தாலும் அதன்பிறகு ஜிம்மி அந்த வீட்டிற்குத் திரும்பவேயில்லை.

யாவரும் கேளிர்

முகுந்தனுக்கு ஏற்காட்டு மலையிலிருந்து மீண்டும் அழைப்பு வந்திருந்தது.

மலையின் அப்புறத்தேயுள்ள நகரத்திலிருந்து, வடக்கு நோக்கிச் செல்கிறது மலைப்பாதை. பல கொண்டை ஊசி வளைவுகள் கொண்ட இம் மலைப் பாதை இருபது கிலோமீற்றர் நீண்டு ஏற்காட்டையடைகிறது. மலையில் ஆங்காங்கே அரசு வனத்துறைக்குச் சொந்தமான சந்தன மரங்கள். காட்டின் நடுவே உல்லாசம் விரும்பிகள் படகு விட்டுப் பொழுது போக்க பெரியதொரு ஏரியுண்டு. கடைத் தெருவையும் ஏரியின் விலாவில் அமைந்துள்ள பூங்காவையும் ஊடறுத்து நீளும் பாதையூடாக, மேலும் ஐந்து கிலோமீற்றர் பயணித்தால், செழித்து வளரும் தேயிலைத் தோட்டங்களை அடையலாம்.

தேயிலைத்தோட்டங்களின் நடுவே குத்துக்கல் போல் எழுந்து நின்ற ஆராய்ச்சி மையம், அந்த மலையின் வனப்பிற்குச் சற்றும் பொருத்தமில்லை தான். இருப்பினும், அங்கு வளரும் 'காசுப் பயிர்கள்' எதிர்நோக்கும் சவாலை நிவர்த்தி செய்ய அந்த நிலையம் அங்கு அவசியமாயிற்று. ஆராய்ச்சி நிலையத்தில் உள்ளவர்களுக்கு நவீன பயிற்சி அளிப்பதற்காகவே ஆஸ்திரேலியாவிலிருந்து முகுந்தன் வரவழைக்கப்பட்டிருந்தான். அவனுடைய சேவையால் பயனுற்ற மையத்தார் மூன்றாவது முறையாக முகுந்தனை மீண்டும் இந்தியாவுக்கு அழைத்திருந்தார்கள்.

ஏற்காடு என்றதும் முகுந்தனுக்கு முதலில் நினைவுக்கு வருவது அதன் வனப்பு மட்டுமல்ல, அங்கு வேலை செய்யும் முத்துசாமியும், அவன் தாயார் சிரத்தையுடன் இலங்கை மணம் கமழச் சுட்டுத் தரும் பால் அப்பமும்தான்! ஏற்காட்டில் பணிபுரியும் காலங்களிலே முகுந்தனுக்குக் காலை உணவாக முத்துசாமி வீட்டிலிருந்து பால் அப்பம் வர வேண்டும். இது ஆராய்ச்சி மையத்தினருக்கு அவன் போட்டிருந்த எழுதாத நிபந்தனை.

காலை ஆறரை மணிக்கெல்லாம், குளித்து, உடையணிந்து விருந்தினர் விடுதியிலுள்ள முன்புற விறாந்தைக்கு முகுந்தன் வந்திடுவான்.

தேயிலைச் செடிகளினூடாகத் தவழ்ந்து வரும் இதமான குளிர்க் காற்றை அனுபவிப்பது அவனுக்குப் பிடித்தமானதொன்று. அந்த நேரங்களிலேதான் முத்துசாமி அங்கு பால் அப்பத்துடன் வருவான். அவை மகிழ்ச்சியான வேளைகள்!

முகுந்தன் சடங்கு அநுட்டானமானதோர் அலாதி முறையிலேயே பால் அப்பங்களைச் சாப்பிடுவான். அப்பத்தின் மொறுமொறுப்பான கரைப் பகுதியை மாசிக் கருவாடும் செத்தல் மிளகாயும் தேங்காயும் கலந்து இலங்கைப் பாணியில் இடிக்கப்படும் 'கட்டா' சம்பலுடன் முதலில் சாப்பிடுவான். நாக்கிலே காரச் சுவை சுள்ளிட, பாலிலே பொங்கி எழுந்த அப்பத்தின் மெதுவான நடுப்பகுதியை இரண்டாக மடித்து ஒரே அடுக்காக வாய்க்குள் திணித்து காரத்துடன் இனிப்புக் கலந்த விந்தைச் சுவையைச் சாவதானமாக அநுபவிப்பான்.

இந்த அப்பம் சாப்பிடும் படலத்தின்போதுதான் முத்துசாமி, முகுந்தனுடன் ஊர்ப் புதினங்களும் லோக்கல் பொலிட்டிக்ஸும் பேசுவான்.

முத்துசாமியை முகுந்தனுக்கு இலங்கையிலே தெரியும். அது அந்தக் காலம்! இலங்கையின் தேயிலை, ரப்பர் தோட்டங்களிலே ஆங்கிலத்துரைக்கு விசுவாசமான – கீழ்ப் படிவுள்ள ஊழியர்கள் என்ற 'கியாதி'யை யாழ்ப்பாணத் தமிழர் பெற்றிருந்த காலம். இத்தோட்டங்களிலே கங்காணிக்கு மேற்பட்ட, துரைக்குக் கீழ்ப்பட்ட பதவிகளிலே யாழ்ப்பாணத்தவர்கள் அமர்ந்திருந்தார்கள்.

இலங்கையின் மலைநாட்டு நகரங்களுள் ஒன்றான இரத்தினபுரியிலே செழித்திருந்த தேயிலைத் தோட்டம் ஒன்றில் முகுந்தனின் மாமா கணக்காளராகப் பணியாற்றினார். அந்த

மாமாவின் வீட்டிலே தான் முதன்முதலில் முத்துசாமியை முகுந்தன் ஒரு சின்னப் பையனாகப் பார்த்தான்.

காலை நேரங்களிலே மாமாவின் வீட்டிற்கு முத்துசாமி அப்பம் கொண்டு வருவான். முத்துசாமியின் தாய் சுடும் அப்பம் அந்தத் தோட்டத்திலேயே பெயர் பெற்றிருந்தது. அப்பம் கொண்டு வரும் முத்துசாமி வந்தோம் போனோம் என்கிற பையனல்ல. வீட்டிலே 'மயந்தி'க் கொண்டு நின்று அங்கு கிடைக்கும் பத்திரிகைகளையும் புத்தகங்களையும் ஆர்வமுடன் வாசிப்பான். அவனிடம் வளர்ந்திருந்த அந்த வாசிப்புப் பழக்கம் மாமாவுக்கு மிகவும் பிடித்திருந்தது. இதனால் அவன் மாமா வீட்டில் சுதந்திரமாக உலாவித் திரிவதற்கும் வேண்டிய சஞ்சிகைகள் புத்தகங்களைப் படிப்பதற்கும் அவர் அனுமதி கொடுத்திருந்தார். பிள்ளைகள் பரீட்சையில் குறைவான புள்ளிகள் எடுக்கும்போதெல்லாம், 'உங்களைப் படிப்பிக்கிற நேரம் முத்துசாமியைப் படிப்பித்திருக்கலாம். அவனுக்குத்தான் படிப்பிலை எவ்வளவு கரிசனை' என்று மாமா அலுத்துக்கொள்வது வழக்கம்.

அந்தக் காலங்களில்தான் இலங்கையில் தோட்டங்கள் தேசிய மயமாக்கப்பட்டன. அதன்பின் யாழ்ப்பாணத்தவர்கள் அமர்ந்திருந்த பதவிகளில் சிங்கள இளைஞர்கள் வந்தமரத் தொடங்கினார்கள். முத்துசாமியின் தோட்டத்திற்கும் சிங்கள இளைஞன் ஒருவன் 'கண்டக்டராக' நியமிக்கப்பட்டான். கண்டிய உயர்குடியிலே செல்வத்துடன் பிறந்த அவனுக்கு திரித்துவக் கல்லூரியிலே கல்வி பயின்றும் படிப்பு ஏறவில்லை. அரசியல் செல்வாக்குடன் தேயிலைத் தோட்டத்தில் வேலை பெற்றுக்கொண்டான். பகலில் 'கண்டக்டர்' என்கிற பந்தாவில் தோட்டமெல்லாம் சுற்றித்திரிவான். இரவில் குடியும் கும்மாளமும் மட்டுமல்ல, அடியாட்களின் உதவியுடன் கொழுந்து பறிக்கும் குமரிகளின் குருத்து உடல் தேடும் வேட்டை. இதுக்கு இணங்கினாற்றான் கொழுந்து பறிக்கும் வேலைக்கு 'செக்றோல்' கிடைக்கும் என்பது போன்ற அட்டகாசம். இளைஞன் முத்துசாமியினால் பொறுத்துக்கொள்ள முடியவில்லை. இதனைத் தோட்டத்திலே பிரச்சினையாக்க முனைந்தான். இந்த எதிர்ப்புக் குரலை முளையிலே கிள்ள முந்தினான் 'கண்டக்டர்'. முத்துசாமியின் பெயர் 'செக்றோல்' எனப்படும் வேலை செய்வோர் பட்டியலிலிருந்து உடனடியாக நீக்கப்பட்டது.

வேலையற்று வெறுப்போடு சுற்றித் திரிந்த முத்துசாமியின் சேவையைத் தோட்டத் தொழிலாளர் சங்கம் இலகுவில் பெற்றுக் கொண்டது. அதன் பின்பு அவன் தோட்ட நிர்வாகத்துக்கு

'வேண்டப்படாத ஆளாகவே' கணிக்கப்பட்டு இனக்கலவரம் வரும் பொழுதெல்லாம் 'ஸ்பெஷலாகவே' கவனிக்கப்பட்டான்.

எண்பத்து மூன்றாம் ஆண்டு இனக்கலவரம் வெடித்த போது காடையர் கூட்டமொன்று தோட்டத்தில் முத்துசாமியின் லயத்தையே முதலில் குறிவைத்துத் தாக்கியது. சிங்கள இளைஞனான கண்டக்டரே தனது ஜீப்பில் அடியாட்களைக் கொண்டு வந்து குவித்திருந்தான்.

'அடே, கள்ளத் தோணி தெமிழ பயலே...,

கண்டக்டர் துரையையா எதிர்க்கிற...,

இப்பபாரு உன் யூனியன் உதவிக்கு வருதானு..!'

கொச்சைத் தமிழும் கெட்டவார்த்தைகளும் கலந்து கோஷமிட்டவாறே ஜீப்பில் இருந்த பெற்றோல் ஊற்றப்பட்டு முத்துசாமி வாழ்ந்த லயத்துக்கு தீவைக்கப்பட்டது. எரியத்துவங்கிய லயத்து வீட்டிற்குள் புகுந்து முக்கிய சாமான்களை எடுத்து, அவசர அவசரமாக வெளியே எறிந்துகொண்டிருந்தாள் முத்துசாமியின் தங்கை. அதுவரை ஜீப்பினுள் அமர்ந்து வேடிக்கை பார்த்துக் கொண்டிருந்த கண்டக்டர் அவளது மயிரைக் கொத்தாகப் பிடித்து ஜீப்பிற்குள் இழுத்து வந்தான். தடுக்கப்போன முத்துசாமி அடியாட்களால் நையப் புடைக்கப்பட்டுக் கைகள் கட்டப்பட்ட நிலையில், தங்கையின் கற்பு ஜீப்பிற்குள் பறிபோனது. சிங்களவர் மத்தியிலே வாழ்ந்த தமிழர்கள் அனைவருமே அன்று அகதிகளாக்கப்பட்ட நிலையில் சிங்களப் பெரும்பான்மையை எதிர்க்கத் தோட்டத்தில் யாருக்கும் திராணி இருக்கவில்லை.

இப்படியெல்லாம் நடக்கும் என்று எதிர்பார்த்தோ என்னவோ, முத்துசாமி குடும்பம் ஸ்ரீமா – சாஸ்திரி ஒப்பந்தத்தின் கீழ் இந்தியா செல்ல முன்னரே அனுமதி பெற்றிருந்தது.

எண்பத்தி மூன்றில் மனிதம் வேரறுக்கப்பட்ட நிலையில் பல்லாயிரக்கணக்கான இலங்கைத் தமிழர்கள் பூமிப் பந்தின் பல்வேறு நாடுகளிலும் அகதிகளாகத் தஞ்சம் புகுந்தனர். இவ்வாறே இலங்கைத் தேயிலை ஆராய்ச்சி நிலையத்தில் பணிபுரிந்த முகுந்தனும் அகதிகளோடு அகதிகளாக ஆஸ்திரேலியா வந்து கன்பராவிலுள்ள அரசு ஆராய்ச்சி நிறுவனமொன்றில் ஆராய்ச்சி யாளராக அமர்ந்தான். அவனுடைய விசேட ஞானத்தையும் அறிவுரைகளையும் இந்தியாவிலுள்ள ஏற்காட்டு ஆய்வு மையம் வேண்டிக்கொண்டது. அதன் நிமிர்த்தமே அவன் முதன்முதலிலே அங்கு வந்திருந்தான்.

ஏற்காட்டில் முத்துசாமியைக் கண்டதும் ‘உலகம் எவ்வளவு சிறியது’ என்று முகுந்தன் மகிழ்ந்தான். நீண்ட காலத்தின்பின் முத்துசாமி தன்னுடைய மனத்துயர் முழுவதையும் கொட்டித் தீர்த்து ஆறுதலடைந்தான். முத்துசாமியின் தங்கை பதினாறு வயது இளங்குருத்து இனக் கலவரத்தின்போது பாலியல் வல்லுறவுக்கு உள்ளாக்கப்பட்ட பின், அவளுடைய உடல் வீதியிலே தூக்கி எறியப்பட்டதுடன், தந்தையும் உயிருடன் எரிக்கப்பட்டதாகச் சொல்லியழுதான் முத்துசாமி.

‘போதுமடா சாமி’ என்ற மனநிலையிலேயே மூன்று தலைமுறைக்கு மேலாக வாழ்ந்து வளப்படுத்திய மண்ணிலிருந்து தாயுடன் வெளியேறித் தனது மூதாதையர் ‘அவதரித்த’ புண்ணிய பூமி என்கிற கனவுகளுடன் தமிழ்நாட்டுக்கு வந்திருந்தான்.

இந்தச் சோகங்களின் மத்தியிலே மனித உறவுகளின் மென்பகுதியைத் தொடுவதுபோல பால் அப்பம் மீண்டும் முகுந்தனின் சுவைக்குக் கிட்டுவதாயிற்று.

‘யாதும் ஊரே யாவரும் கேளிர்’ என்கிற உத்தம உறவைக் கற்பித்து, இரண்டாயிரம் ஆண்டுகளுக்கு மேலாக சிறப்பான நாகரிகம் பேணும் இந்த தமிழ் மண்ணிலே உனக்கு ஒரு நல்ல வாழ்க்கை அமையும் முத்துசாமி’ என்று ஆறுதல் கூறி ஆஸ்திரேலியா திரும்பினான் முகுந்தன்.

இரண்டாவது தடவை முகுந்தன் ஏற்காட்டுக்குச் சென்றிருந்தபொழுது, புதிய தோட்டச் சூழலில் இலங்கையில் இருந்து மீண்ட தோட்டத் தொழிலாளர்கள் எதிர்நோக்கும் பல பிரச்சினைகளைச் சொல்லி முத்துசாமி குறைப்பட்டான்.

‘ஐயா, நாங்க இங்க வேண்டப்படாத ஆளுக…, எங்கள இங்க சிலோன்காரங்க என்றுதான் சொல்றாங்க! சிலோன்ல எங்களை இந்தியாக்காரன்னு அடிச்சு விரட்டினான். இங்க எங்கள ஜாதியே தெரியாத சிலோன்காரன்னு மிதிக்கிறாங்க. இதில என்ன சாமி ஞாயம் இருக்கு?’ இவ்வாறெல்லாம் சொல்லி மனம் நொந்தான்.

இந்த முறைப்பாடுகளிலிருந்த உண்மையைச் சில தினங்களி லேயே முகுந்தன் இனங்கண்டு கொண்டான்.

ஏற்காட்டில் உள்ள பெரும்பாலான தோட்டங்கள், சிங்கப்பூர் தமிழர்களுக்குச் சொந்தமாக இருந்தன. அவர்கள் தமது செல்வத்தின் ஒரு பகுதியை இந்தத் தேயிலைத் தோட்டங்களிலே முதலீடு செய்திருந்தார்கள். இவர்களுள் பெரும்பாலானவர்கள் தேவர் ஜாதியைச் சேர்ந்தவர்கள். இதனால் அத்தோட்டங்களில்

தேவர் ஜாதியைச் சேர்ந்தவர்களுக்கு வேலை வாய்ப்புகளிலே முன்னுரிமையும் முதன்மையும் கொடுக்கப்பட்டிருந்தது.

தேவர் ஜாதியின் பெருமையையும் ஆதிக்கத்தையும் நிலைநாட்டுவதற்காகத் தோட்டத்தில் நியமனம் பெற்றவர் போல சுந்தரத் தேவர் அங்கு குரல் எழுப்பிப் பேசுவார். தலைமைக் கங்காணியாக அவர் ஏற்காட்டுத் தோட்டங்களிலே வலம் வருபவர். ஒரு சந்தர்ப்பத்திலே அவர் ஏற்காட்டிலுள்ள தேயிலைத் தோட்டங்களின் நிர்வாகக் குரலாகச் சில நியாயங்களை முகுந்தனுக்குச் சொன்னார்.

'இந்த தோட்டங்க தேவங்கட சொத்து... அவங்க எங்க பங்காளிக. சிலோன்காரங்க, அவங்க என்ன ஜாதின்னு சொல்லுங்க... சிங்கப்பூரில் வாழ்ந்தாலும் தேவங்க தேவங்க தான்...'

'தமிழனுக்குத் தமிழன் உதவி ஒத்தாசையா வாழ வேண்டாமோ?' என்று எச்சில் விழுங்கியவாறு முகுந்தன் கேட்டான்.

சுந்தரத் தேவருக்கு முகுந்தன் இலங்கையில் பிறந்தவன் என்பது தெரியாது. அவன் பேசும் யாழ்ப்பாணத் தமிழை வைத்து அவன் மலையாளத்தான் என்ற அனுமானம் அவருக்கு!

'தமிழன் அதுஇதுன்னு பேசுறதெல்லாம் அரசியல். அதை நம்ம கட்சித் தலைவங்க பாத்துக்குவாங்க. அவங்க, இன்னிக்கு 'இந்தியாக்காரன்' என்ற தேசியம் பேசுவாங்க. நாளைக்குத் தமிழன்னு சொல்லி புறநாநூறுக் கதை சொல்வாங்க. அதெல்லாம் எலெக்ஷனுக்கு எலெக்ஷன், தொகுதிக்குத் தொகுதி மாறும். அதெல்லாம் கட்சித் தலைவங்க சமாச்சாரம். ஆனா, ஜாதி அபிமானம்தான் நமக்குப் பெரிசு. தேவன், மறவன்! அவனுக்காக நாங்க உசிரையும் குடுப்பம்!' என்று சுந்தரத் தேவர் முழங்கினார். அவருடன் நீதிநியாயம் பேசமுடியாதென மௌனமானான் முகுந்தன்.

மூன்றாவது தடவை முகுந்தன் ஏற்காடு சென்றபோது, ஆராய்ச்சி மைய அதிகாரிகளுடன், பெட்டி தூக்கும் கூலியாக முத்துசாமி விமான நிலையத்துக்கு வந்திருந்தான். கவலைகளி னால் அவன் சடுதியாக மூப்படைந்திருப்பதாக முகுந்தனுக்குத் தோன்றியது.

விருந்தினர் விடுதிக்கு வந்தவுடன் 'என்ன சேதி முத்துசாமி?' என அன்புடன் விசாரித்தான் முகுந்தன்.

'ஏதோ இருக்கேன் சாமி' என்று கூறிய முத்துசாமி நீண்டதொரு பெருமூச்சினை வெளிப்படுத்தி மௌனமானான். பின்பு எதையோ நினைத்துக்கொண்டவன்போல, 'நாளைக்கு நடக்கிற மீட்டிங்கிலதான் சிலோன்ல இருந்து வந்திருக்கிற எங்க தலைவிதியை நிர்ணயிப்பாங்க' என்றான் விரக்தி இழையோடிய புன்னகையுடன். முத்துசாமியை நேசத்துடன் பார்த்தான் முகுந்தன்.

படுக்கை அருகே பெட்டிகளை வைத்த முத்துசாமி முகுந்தனின் கைகளை இறுகப்பற்றியவாறே 'வீட்டில் எல்லாரும் சௌக்கியமா சாமி..?' என்றான்.

அப்பொழுது முத்துசாமியின் விழிகளில் துளிர்த்திருந்த கண்ணீர்த் துளிகளை முகுந்தன் அவதானிக்கத் தவறவில்லை. மீண்டும் சந்தித்ததால் உணர்ச்சிவசப்படுகிறான் என்ற சமாதானத் துடன் தாராளமாகவே அவனது கைகளில் பணத்தைத் திணித்து விட்டு, 'அப்பத்தை மறந்துவிடாதே' என்று நினைவூட்டினான் முகுந்தன்.

நேரமாற்றத்தின் காரணமாக அடுத்த நாள் மதியம் போலவே முகுந்தனால் எழுந்திருக்க முடிந்தது. வெளியே எட்டிப் பார்த்தான். தோட்டத்தில் பதற்றம் நிலவியது. ஆயுதம் தாங்கிய பொலீஸார் தோட்டத்து வீதிகளில் ரோந்து வந்து கொண்டிருந்தார்கள். ஆராய்ச்சி மையத்துக்கு அருகில் விருந்தினர் விடுதியை ஒட்டிக் கூட்டம் கூட்டமாக 'கசமுசா'வெனப் பேசிக் கொண்டிருந்தவர்களை பொலீஸார் கலைத்துக்கொண்டிருந்தனர்.

முன்பக்க விறாந்தையிலுள்ள மேசை மீது முத்துசாமி காலையில் கொண்டு வந்து வைத்த பால் அப்பங்கள் ஆறிக் குளிர்ந்திருந்தன.

முகுந்தன் முத்துசாமியைத் தேடினான். காணவில்லை!

ஆராய்ச்சி மையத்திலே வேலை செய்யும் ராமசாமி முகத்திலே கலவரம் பரவ முகுந்தனிடம் வந்தார். அவர் சொன்ன விபரங்கள் முகுந்தனை உறையச் செய்தன.

தோட்டங்கள் நஷ்டத்தில் இயங்குவதனால் ஆள்குறைப்பு அவசியம் என்றும், இதனால் இங்கு பிறந்தவர்களுக்குத்தான் நிரந்தர வேலை என்றும் நிர்வாகம் அறிவித்ததாம். இலங்கைத் தமிழர் மறுவாழ்வுத் திட்டத்தின் கீழ் இந்தியா வந்து சேர்ந்தவர்கள் சிறிது காலத்திற்கு வேலையிலிருந்து நீக்கப்படுவார்கள் என்றும் நிர்வாகம் சொல்லியது. இந்த அறிவிப்பினைத் தேவர் ஜாதியினர் ஆரவாரமாக வரவேற்றுள்ளனர். அப்பொழுது முத்துசாமி எழுந்து ஏதோ நியாயம் கேட்டிருக்கிறான்.

‘இந்த சிலோன்கார நாய்கள, யார்ரா இங்க வெத்திலை வைச்சு அழைச்சது..?’ என்று சுந்தரத் தேவர் பல்லை நெருமி யிருக்கிறார். அப்பொழுதுதான் முத்துசாமி ஆவேசாமாகப் பேசினானாம்.

‘இந்தத் தோட்டத்து முதலாளி சிங்கப்பூரில் இருக்கிற இந்திய வம்சாவழி. நானும் சிலோன்ல இருந்து வந்திருக்கிற இந்திய வம்சாவழிதான். சிலோன்ல எங்கள இந்தியாக்காரன்னு உதைச்சு விரட்டினான். இப்ப நீங்க – தமிழன்களே, எங்கள சிலோன்காரன்னு முத்திரை குத்தி ஒதுக்கிறது என்னா நாயம்? என்று கேட்டு முடிப்பதற்கிடையில் ‘மூடடா வாயை..! தோட்டம் தேவன்ர, நாங்க தேவன்க, நீ யார்டா? ஜாதியே என்னன்னு தெரியாத பரதேசிப் பய...’ என்றவாறே ஆத்திரத்துடன் பாய்ந்து சென்று அவனைச் சுந்தரத் தேவர் அடித்திருக்கிறார். அப்போ கூட்டத்திலிருந்த தேவரின் கையாட்கள் சிலர், முத்துசாமியை மீட்டிங் நடந்த ஹோலுக்கு வெளியே தூக்கிச் சென்றார்களாம்.

அதற்குப் பிறகு முத்துசாமிக்கு என்ன நடந்ததெனத் தெரியாதென்றார் ராமசாமி. பொலீஸ் ஜீப் ஒன்று சிவப்பு விளக்குடன் அங்கு வந்து நின்றது. அதிலிருந்து முத்துசாமியின் தாய் ஒப்பாரி வைத்தபடி இறங்கினார். பொறுமையை இழந்தவனாக இராமசாமி தடுத்தும் கேளாமல் முகுந்தன் வெளியே வந்தான். முகுந்தனைக் கண்டதும் முத்துசாமியின் தாய், அவன் காலடியில் விழுந்து கதறி அழுதார்.

‘தம்பி..! எம் மவனை இவங்க அடிச்சே கொன்னுட்டாங்க. நம்ம ரத்தம்... நம்ம பூமினு இங்க வந்தம்’ என்றவாறே காலடியில் மயங்கிச் சாய்ந்தார் முத்துசாமியின் தாய்.

ராமசாமியின் உதவியுடன் அந்த முதிய தாயைத் தூக்கிக் கொண்டு வந்து, விடுதி விறாந்தையிலுள்ள வாங்கில் கிடத்தினான் முகுந்தன்.

வாங்கினருகே இருந்த மேசைமீது, முத்துசாமி காலையில் கொண்டுவந்து வைத்த பால் அப்பங்களைக் கட்டெறும்புகள் மொய்த்திருந்தன!

அன்னை

சலசலத்து ஓடிக்கொண்டிருந்தது நைல் நதி.

வெசொங்கா, அதிலே குளித்துக்கொண்டிருந்தான். அந்தக் குளிப்பு திருப்தி தருவது. கடந்த சில நாள்களாக, அவனுக்குத் தன்மீதே ஒருவகை வெறுப்பு. அந்த வெறுப்பு மற்றவர்கள்மீது பற்றிப் படர்வதாகவும் தோன்றுகிறது.

நதியில் நீச்சல், வாழ்க்கையில் எதிர் நீச்சலா?

'வெசொங்கா, Barக்கு சீக்கிரம் வந்திடு. அதையும் இதையும் பிணைத்துக் குழம்பாதே!' என்று எலிசபெத் குரல் கொடுத்தாள். அவள் இவனின் தாய். கிழக்கு ஆபிரிக்க நாடுகளிலே பொதுமொழியாகப் பயிலப்படும் 'சொகியில்' பேசினாள். தொழில் முறையாக இந்த மொழியில் பேசத்துவங்கி அதுவே வீட்டு மொழியும் ஆகிவிட்டது. 'மசாய்' இனத்தைச் சேர்ந்தவள் என்கிற அடையாளம் மெல்ல மெல்ல விலகுகின்றது.

மகன்படும் வேதனைகளை எலிசபெத் நன்கு அறிவாள். ஆனால் சர்வ வல்லமையுள்ள சர்வாதிகாரியாக நடந்துகொள்ளும் அந்தக் கிழவனை எதிர்த்து அவளால் என்ன செய்யமுடியும்?

தாயின் குரலுக்கு மதிப்புக் கொடுப்பவன் போல, இறுதியாக ஒரு தடவை நதியிலே முங்கி எழுந்து கற்பாறையின் மீது தாவி, அங்கு வைத்திருந்த

ஆசி. கந்தராஜா

துணியினால் ஈரத்தைத் துவட்டியவாறு லேக் விக்டோரியாவை நோக்கி நடக்கலானான். அவனது கரிய மேனியிலும் சுருண்ட கேசத்திலும் துடைபடாதிருந்த நீர்த்துளிகள் மாலை வெய்யிலின் மஞ்சள் ஒளிபட்டு வைரங்களாக மின்னின. வெசொங்கா குளத்தின் கரையை அடையவே, அவன் தாயும் தலைச்சுமையுடன் ஓட்டமும் நடையுமாக அவன் பின்னால் வந்து சேர்ந்தாள்.

லேக் விக்டோரியாவைச் சாதாரண தெப்பக்குளம் என்று எண்ணுவது தப்பு. உலகின் இரண்டாவது பெரிய நன்நீர் ஏரி. உகண்டா, கென்யா, தன்சானியா ஆகிய கிழக்கு ஆபிரிக்க நாடுகளுக்கு நடுவே எல்லையாக அமைந்து அந்த நாடுகளுக்கு நீர்வளத்தினை அள்ளிச்சொரியும் ராட்சதகுளம். இந்த நாடுகளுக் கிடையேயான பண்டமாற்றமும் போக்குவரத்தும் பெரும்பாலும் இதன்மூலம்தான். குளத்தின் கரைகளில் எல்லாவித ரசனைக்கு மேற்ற மிதக்கும் நைற்கிளப்புகளும் மதுபானச் சாவடி களும் உண்டு. கப்பலின் பரிமாணத்தைத் தொடும் வள்ளங்களில் அமைந்துள்ள இவை மிதக்கும் ஹோட்டல்களைப் போன்றவை. இத்தகைய ஒன்றில்தான் வெசொங்கா இரவில் 'கிற்றார்' இசைப்பவனாகப் பணிபுரிகிறான்.

ஏரிக்கரையையும் வள்ளத்தையும் இணைக்கும் தொங்கு மரப்பாதைமீது நடந்து வெசொங்கா வள்ளத்தை அடையவே மைமல் கடந்து இருள் பரவத் தொடங்கியது. வள்ளத்தை அலங்கரிக்க பொருத்தப்பட்ட வர்ண விளக்குகள் வர்ணக் கலவைகளை உமிழ்ந்து குளக்கரையை சொர்க்க பூமியாக்கிக் கொண்டிருந்தன. வெள்ளைக்காரர்களும் உகண்டாவின் உள்ளூர்ப் பணக்காரக் கறுப்பர்களும் குடிவகைகளைச் சுவைத்தவாறே நடனமாடுவதற்குத் தயாராக சோடிசோடியாக வம்பளத்துக் கொண்டு நின்றார்கள். வெசொங்கா இன்று சுணங்கிவிட்டான். இந்நிலையில் அவனுடன் இணைந்து வாத்தியம் வாசிக்கும் யோன் தனியே 'டிரம்' வாசித்துக்கொண்டிருந்தான். தொங்கு பாலத்தினூடாக வெசொங்கா ஆடிஅசைந்து வருவதைக் கண்ட பிரான்சிஸ் தனது கனமான தேகத்தைக் குலுக்கிச் சத்தம் போட்டான். பிரான்சிஸ் இதைப்போன்ற பல மிதக்கும் சொர்க்காபுரிகளின் சொந்தக்காரன். ஒவ்வொரு வள்ளத்தின் அடித்தளத்திலும் ஒவ்வொரு மனைவியரைக் குடியமர்த்தி யிருந்தான். வள்ளங்களின் நேர்த்தியான நிர்வாகத்திற்கும் கொழுத்த வருமானத்துக்கும் இந்த மனைவியரே ஆதாரம். மனைவிகளின் எண்ணிக்கையைப் பெருக்கிக்கொள்வதும் அவனைப் பொறுத்தவரை ஒரு வியாபாரம் தான். கிழவன்

பிரான்சிஸின் அதட்டலைச் சட்டை செய்யாது, மதுக்கூடத்தில் பணிபுரியும் மேரிக்குக் கையசைத்துப் பறக்கும் முத்தம் ஒன்றைத் தூதனுப்பியவாறே வள்ளத்தின் கீழ்ப்பகுதிக்குச் சென்றான். அங்குதான் அவன் தாய் எலிசபெத் வசிக்கிறாள்.

அவனுடைய அந்தச் செயல் கிழவனுக்கு கோபத்தை ஏற்படுத்தியது. ஆனாலும் அடக்கிக்கொண்டான். அங்கு பணிபுரியும் வேறு யாராவது அப்படி உதாசீனப்படுத்தியிருந்தால், அந்த இடத்திலேயே நாலு அறைகள் சாத்தி தண்ணீருக்குள் தள்ளியிருப்பான். கிழவனாயினும் பிரான்சிஸ் இன்னமும் பலசாலியே.

'பிரான்சிஸுக்கு ஏன் அனாவசியமாக கோபமூட்டுகிறாய்?' என்று கேட்டவாறே தாய் எலிசபெத் அவன் அருகில் வந்தாள்.

வெறுப்புடன் தாயை நிமிர்ந்து பார்த்தவன், பதில் ஏதும் சொல்லாது, தான் அணியவேண்டிய பலவர்ண மினுங்கல் உடைகளை அணியலானான்.

'என்ன இருந்தாலும் பிரான்சிஸ் உன்னுடைய தந்தை' என்று உபதேசம் ஒன்றினை ஆரம்பிக்க நினைத்த எலிசபெத் தொடரமுடியாது தவித்தாள். அந்தத் தவிப்பின் சூக்குமத்தை என்றும் வெசொங்கா தவறவிடுவதில்லை.

'எனக்கு மட்டுமா? உனக்கும் அந்தக் கிழவன்தான் தந்தை... இல்லையா? அந்தக் கிழவன் உனக்குத் தந்தையும் மாப்பிளையும்' கோபத்தில் வார்த்தைகளைக் குதறிக் கொட்டினான்.

தாய் எதுவுமே பேசவில்லை. தலையைக் கவிழ்ந்து கொண்டாள்.

கிழவனை எதிர்த்து நிற்க இயலாத நிலையில், தன் தாய் அவனிடம் சோரம் போய் மனைவி அந்தஸ்து பெற்ற வரலாறு அவனுக்குத் தெரியும். இதனைச் சொல்லித் தாய் கண்ணீர் விட்டதும் உண்டு. இருப்பினும் இந்த வினோத உறவுமுறை அவனைச் சினங்கொள்ள வைத்தது. கிழவனின் ஆதிக்கத்திலிருந்து விடுபட்டுச் சுதந்திரமாக வாழப் பணம் வேண்டும். இதனால் பல்கலைக்கழக மாணவனான அவன், பணம் சேர்ப்பதற்காக பகுதி நேர வேலைகள் பார்க்கிறான். பிரான்சிஸின் வள்ளத்தில் கிற்றார் வாசிப்பதும் பகுதி நேர வேலையே. அத்துடன் எலிசபெத்தின் மகன் என்கிற முறையிலே கீழ்த்தளத்தில் வாழ்கிற உரிமையும் அவனுக்கு இருந்தது.

வந்திருந்த விருந்தினர்களால் வள்ளம் நிரம்பி வழிந்தது. மரத்தினால் ஆன தொங்கு பாலங்களிலும் உல்லாசிகள் சிதறி நின்றார்கள். இவர்களின் நடுவே ஆடவரைப் படுக்கைக்கு அழைக்கும் ஆபிரிக்க அழகிகள் கண் ஜாடைகள் மூலம் பொதுமொழி பேசிக்கொண்டிருந்தார்கள். இத்தனை ஆரவாரங் களுக்கு மத்தியில் ஒரு அவசர தருணத்தைத் தேர்ந்தெடுத்து, 'வெசொங்கா நாளைக்கு எத்தனை மணிக்கு பல்கலைக்கழகம் போகிறான்? நான் அவனை அவசரம் சந்திக்க வேண்டும்' என்று மேரி, எலிசபெத்தின் செவிகளிலே கிசுகிசுத்தாள். கிளாஸு களைக் கழுவிக்கொண்டிருப்பதான பாவனையைத் தொடர்ந்து கொண்டே 'ஏன், உன் அப்பன் ஏதாவது தொந்தரவு தருகிறானா?' எனப் பரிவுடன் கேட்டாள்.

மகனுக்கும் மேரிக்கும் காதல் அரும்பி வளர்ந்துள்ளதைத் தாய் எலிசபெத் அறிவாள். இந்தக் காதலை அவள் மனசார வரவேற்றாள். இவர்களுடைய மணவாழ்க்கை, வாழ்க்கையிலே தனக்கொரு புதிய பிடிப்பினையையும் அர்த்தத்தையும் கொண்டு வந்து சேர்க்கும் என எதிர்பார்த்தாள்.

இந்தக் காதலைக் கிழவன் அனுமதிப்பானா? இதை நினைக்கும் போது எலிசபெத்தின் ரத்தம் உறைந்தது. வழமைபோல நடுநிசி தாண்டியதும் மதுக்கூடம் மூடப்பட்டது. எலிசபெத் சுணங்காது கீழ்த்தளத்திற்கு வந்தாள். மகன் வெசொங்கா அசதியுடன் கட்டிலில் படுத்துக்கிடந்தான்; தூங்கவில்லை. கட்டில் ஓரத்தில் அமர்ந்துகொண்டாள்.

'மேரி உன்னை நாளைக்கு அவசியம் சந்திக்க விரும்புகிறாள்...'

'ஏன்?' என்கிற வினாவை விழிகளிலே தாங்கி தாயைப் பார்த்தான். 'மேரிக்கான மணப்பெண் விலையை அவள் அப்பன் உயர்த்தியுள்ளானாம். ஆடுகளுடன் புதிய வீடு ஒன்று கட்டித் தர வேண்டுமென்றும் கேட்கிறானாம்...'

'மனிசன் இப்படி நாளுக்கும் பொழுதுக்கும் பேச்சு மாற்றுவதா? முப்பத்தைந்து ஆடுகள் போதுமென்றுதானே ஆரம்பத்தில் சொன்னான்.'

'வேறு யாராவது ஆசை காட்டினார்களோ யார் அறிவர்? வீடு கட்டுவதற்கு நீயும் நானும் சம்பாதித்து வைத்துள்ள பணம் எந்த மூலைக்கு?' என்று தாய் அங்கலாய்த்தாள். வெசொங்கா இடிந்துபோனவனாகக் காணப்பட்டான்.

'கர்த்தர் கைவிட மாட்டார். மேரி உன் மீது மாறாத அன்பு வைத்திருப்பதை நான் அறிவேன்... நல்லன நடக்கும் என்கிற நினைவுடன் தூங்கு' என்றவாறே மகனின் தலையை அன்புடன் தடவிக் கொடுத்தாள் எலிசபெத்.

அடுத்த நாள் வெசொங்கா பல்கலைக் கழகத்துக்கு முன்னால் உள்ள கம்பாலா பஸ் நிலையத்தில் இறங்கியபொழுது மேரி அவனுக்காகக் காத்திருந்தாள்.

'என்னைக் காண இவ்வளவு தூரம் வரவேண்டுமா?' என்றவாறே மேரியை அணைத்து முத்தமிட்டான்.

'வேலை நேரத்தில் உன்னுடன் பேசுவதற்கு பிரான்சிஸ் எனக்கு தடைவிதித்துள்ளதை நீ அறிவாயா..?'

'என்னைச் சீண்ட கிழவன் இப்படி ஏதாவது செய்து கொண்டே இருப்பான். அதிருக்கட்டும். உன் அப்பன் பேச்சு மாறிக் குதிக்கிறானாம். ஆட்டுடன் புதிதாக வீடு ஒன்றும் கேட்கிறானாம்...'

'இந்த விஷயத்தை விளக்கமாக உனக்குச் சொல்லத்தானே நான் இங்கு காத்திருக்கிறேன். உன் அப்பன், பிரான்சிஸ் கிழவன், இரண்டு நாள்களுக்கு முன் எங்கள் வீட்டிற்கு வந்திருக்கிறான். பத்தோடு பதினொன்றாக என்னையும் தன் மனைவியாக்கிக் கொள்ள என் அப்பனிடம் சம்மதம் கேட்டிருக்கிறான். ஆடுகளுடன் புதிய வீடு ஒன்று கட்டித் தருவதாகவும் ஆசை காட்டி யிருக்கிறான். இந்த உறவுக்கு ஆதரவு தருவதற்காக என் 'மசாய்' இனத்தலைவனுக்கும் ஆடுகள் தருவதாக வாக்களித்துள்ளான்' என்றாள் மேரி கண்களிலே நீரைச் சுமந்தவாறு.

'என் அப்பன் – என் தாயின் அப்பன் – எனக்குப் போட்டி யாக உன்னைப் பெண் கேட்கிறானா?' வெசொங்காவின் இரத்தம் கொதித்தது. தன்னை வஞ்சிக்கக் கிழவன் செய்யும் வேலைதான் இதுவெனப் புரிந்துகொண்டான்.

'இங்கிருந்து ஓடிப் போய்விடலாமா வெசொங்கா? ஆயத்த மாகவே வந்திருக்கிறேன். பிரான்சிஸ் கிழவன் நினைத்ததைச் சாதிப்பவன். அவனிடம் செல்வமும் உண்டு, செல்வாக்கும் உண்டு. கென்யாவில் என் சிநேகிதி ஒருத்தி மதுக்கூடத்தில் வேலை செய்கிறாள். அவள் நிச்சயம் எங்களுக்கு உதவுவாள்.'

'ஓடிப்போவதால் பிரச்சனை எதுவும் தீராது மேரி. கிழவனுக்கு ஒரு பாடம் படிப்பிக்கவாகுதல் உன்னை நான் முறைப்படிச்

சீர்கொடுத்து மீட்க வேண்டும். அதுவரை உன் அப்பனைச் சமாளி. என் தாய் எப்பொழுதும் உனக்கு ஆதரவாக இருப்பாள். தைரியத்தை இழக்காதே ...' என்றவாறே விரிவுரைகளுக்கு விரைந்தான் வெசொங்கா.

கிழவன் பிரான்சிஸ் பழுத்த அனுபவசாலி. எதையாவது அடைய தீர்மானித்துவிட்டால் அதை அடையும்வரை அவனுக்குத் தூக்கமிருக்காது. சாம பேத தான தண்டம் என எதையும் பிரயோகிக்கத் தயங்கமாட்டான். அத்தகைய குணத்தால்தான் இத்தகைய செல்வத்தையும் பெருமளவு மனைவியரையும் அவனால் பெற்றுக்கொள்ள முடிந்தது. வெசொங்கா அவனது இரத்தம். ஏன் ரத்தத்தின் ரத்தம்கூட. அவனது குணமும் கிழவன் அறியாததொன்றல்ல. இருப்பினும் மேரியின் அழகுக்கு முன்னால், நீயா நானா என்று வந்தபின் தந்தையாவது மகனாவது..? வெசொங்கா ஊரிலில்லாத நாள் பார்த்து இரகசியமாக மேரியின் அப்பனுடனும் மசாய் இனத்தலைவ னுடனும் கலந்து பேசி, பெண் எடுக்கும் நாள் குறித்துவிட்டான். அவசர அவசரமாக காரியங்கள் நடந்தேறின. அவர்களது இனவழக்கப்படி பரிசம் போடுவதற்கு முன்னால் அன்றைய விருந்துக்கு வெட்டப்படும் ஆட்டைச் சுற்றிப் பெண்கள் திறந்த மார்புடன் நடனமாட வேண்டும். மணம் முடிக்கும் ஆணும் பெண்ணும் ஆட்டத்தில் இணையும்போது ஆடு வெட்டப்பட்டு ஆட்டின் குருதியினால் மணமக்களின் கைகள் நனைக்கப்படும். இச்சடங்கிலே உரிய விலை பெறப்பட்ட பின்னர், பெண் மணமகனுக்குத் தாரை வார்க்கப்பட்டுவிட்டாள் என்பதற்கு, அந்த நடனவிருந்திலே கலந்துகொண்ட விருந்தினர்கள் சாட்சிகளாய் அமர்வர்.

மேளச் சத்தங்களுக்கும் குரவைச் சத்தத்துக்கும் நடுவே வெள்ளாடு மிரள மிரள விழித்துக்கொண்டு நின்றது. நடனமாடும் பெண்களுடன் தன் மனைவிமார் அனைவரையும் கலந்து கொள்ளும்படி பிரான்சிஸ் பணித்திருந்தான். அவ்வாறு பெரும் எண்ணிக்கையில் மனைவியர் கலந்துகொள்வது தன் ஆண்மைக்குரிய அங்கீகாரம் என பிரான்சிஸ் கருதினான். எலிசபெத் பிரான்சிஸின் மகள். அவன் மனைவியும்கூட. நிர்ப்பந்தம் காரணமாகவே மனைவி ஸ்தானத்தில் அவளும் ஆட்டத்தில் இணைய வேண்டியதாயிற்று.

நேரம் நெருங்கியது. உக்கிரமான மேளம் முழங்க பாட்டுச் சத்தங்களும் ஆட்ட வேகமும் அதிகரித்தன. மேரி வலுக்கட்டாயமாக அவளது அப்பனால் வெள்ளாட்டின்

அருகே இழுத்து வரப்பட்டாள். ஆட்டமாதர்களின் நடுவே வெசொங்காவின் தாய் எலிசபெத்தைக் கண்ட மேரி, திமிறி ஓடி அவளின் கால்களைக் கட்டிக்கொண்டாள். எலிசபெத்தால் தன் உணர்வுகளைக் கட்டுப்படுத்த முடியவில்லை. தலை சுற்றியது. ஒரு கணம் கண்ணை மூடித் திறந்தாள். ஆடும் அதன் தலை கொய்வதற்கான கத்தியும் கண்முன்னே தெரிந்தன. வெறிகொண்டவள்போல பாய்ந்தோடிக் கத்தியை எடுத்தாள்.

பலம் முழுவதையும் கைகளிலே செலுத்தி ஒரே வீச்சு...

நிலத்தில் உருண்டது கிழவன் பிரான்ஸிஸின் தலை.

கள்ளக் கணக்கு

சிவப்பு நிறத்திலே, சீன அரச முத்திரை குத்திய கடிதம் ஒன்றைக் கையில் ஏந்தியபடியே கதவைத் திறந்தாள் மகள்.

வீட்டில் ஒளிவு மறைவு எதுவும் இல்லை. எனக்கு வந்த கடிதத்தை ஏற்கெனவே குடும்பம் படித்து முடித்துவிட்டது. தகவல் அறிந்த மகள் எப்படியும் இன்று சாதித்துவிடுவது என்று கங்கணங் கட்டிக்கொண்டாள்.

அவளுக்கு வயது பத்து. நீண்ட வயது வித்தியாசத்தில் அவள் பிறந்ததனால் வீட்டில் செல்லம். வேலையால் களைத்து வந்த நான் சோபாவில் இருந்தபடியே சப்பாத்தைக் கழற்றினேன். சப்பாத்தை எடுத்து உரிய இடத்தில் வைத்தாள்.

மனைவி வேலையால் வந்தவுடன் எல்லோருக்கும் பொதுவாகத் தயாரித்த தேநீர் ஆறிக் குளிர்ந்திருந்தது. அதை 'மைக்கிறோ வேவில்' சூடாக்கி எனக்குத் தந்தவாறே, என் அருகே அமர்ந்துகொண்டாள்.

மகளின் சேவைகளைப் புன்னகையுடன் மௌனமாகப் பார்த்துக்கொண்டிருந்தாள் எனது மனைவி. நானோ எதுவும் பேசவில்லை. எதற்கோ மகள் அடி போடுகிறாள் என்று தெரிகிறது.

'என்ன விஷயம் என்று சொல்லன்..!' என்றாள் மனைவி பொறுமையை இழந்தவளாக.

சீனாவிலிருந்து வந்த கடிதத்தை என்னிடம் நீட்டியவாறே, 'நான் ஒரு நாளும் பிளேனிலை போனதில்லை, நீங்கள்தான் அடிக்கடி வெளிநாட்டுக்குப் போறியள். இந்த முறை நானும் வரப்போறன்' என்றாள் தமிழில். வீட்டில் தமிழ் பேசுவது எனக்குப் பிடித்தமானதொன்று என அவளுக்கு நன்கு தெரியும். தனது விருப்பங்களை நிறைவேற்றுவதற்கு இதையே அவள் தனது இறுதி அஸ்திரமாகப் பாவிப்பதுண்டு.

நன்னிங் *(Nanning)* விவசாயப் பல்கலைக்கழகத்திலிருந்து அக்கடிதம் வந்திருந்தது. ஆஸ்திரேலியாவின் சர்வதேசிய உதவி வழங்கும் திட்டத்தின்கீழ் சில விரிவுரைகளை நடத்துவதற்குச் சீன அரசால் அழைக்கப்பட்டிருந்தேன்.

'இது உல்லாசப் பயணம் இல்லை. வேலை விஷயம்! நீ அங்கு என்ன செய்யப் போகிறாய்?' என்றேன் கடிதத்தை மடித்து மீண்டும் உறையில் போட்டவாறே.

'அவளை ஒருக்கா கூட்டிக்கொண்டுதான் போங்கோவன். அவளும் பிறந்த பிறகு ஆஸ்திரேலியாவை விட்டு வெளியே போகவில்லை. அவளைப் பாக்கிறதுக்கு வேணுமெண்டால் நானும் வாறன்,' என்ற குண்டைத் தூக்கிப் போட்டாள் மனைவி.

இனி பேசிப் பயனில்லை! மூவரின் பிரயாணத்திற்கான ஆயத்தங்களில் ஈடுபட்டேன்.

'ஹொங் கொங்' ஊடாகப் பறந்து, நன்னிங் விமான நிலையத்தில் இறங்கினோம். இது சீனாவின் தென் மாகாணங்களுள் ஒன்றான குவாங்செளவின் தலைநகரம். இங்கு சீனாவின் சிறுபான்மை இனம் ஒன்று பெரும்பான்மை. ஆதலால் மட்டுப்படுத்தப்பட்ட சுயநிர்ணய உரிமையைப் பெற்றிருந்தார்கள். இருப்பினும் இங்கு நான் சந்தித்த நிறைவேற்று அதிகாரிகள் பலரும், மத்திய அரசால் அனுப்பப்பட்ட பெரும்பான்மை இனத்தவர்களே.

இம்மாநிலத்தின் பொருளாதார வளத்தை விமான நிலையமே எடுத்துக்காட்டியது. விமான நிலையத்தின் உள்ளும் புறமும் நிலத்தில் போடப்பட்ட சிகரெற்கட்டைகளும் இருக்கைக்குக் கீழே தட்டிவிடப்பட்ட சாம்பல்களும் குப்பைத்தொட்டியைச் சூழ விழுந்த எச்சில்களும் மகளின் எதிர்பார்ப்புக்கு மாறாக இருந்ததை அவளின் முகத்தில் காட்டிக்கொண்டாள்.

மகளின் வகுப்பில் பல சீனர்கள் படிக்கிறார்கள். அவர்கள் ஹொங்கொங்கில் இருந்து ஆஸ்திரேலியாவிற்குக் குடி பெயர்ந்தவர்களாக இருக்கவேண்டும். பலர் பெரிய வீடுகளும் ஆடம்பரக் கார்களும் வைத்திருப்பார்கள். ஏழைச் சீனர்களை அவள் இதுவரை கண்டதே இல்லை. சீனர்கள் எல்லோரும் வியாபாரத்தில் பெரும் பணம் சம்பாதிப்பவர்கள் என்பதே அவளது எண்ணம்.

எனது பெயர் எழுதிய மட்டையுடன் சீனன் ஒருவன் காத்திருந் தான். அவனிடம் என்னை அறிமுகப்படுத்திக்கொண்டேன். தனது பெயர் 'லியொங்' என்றும், எமது நலன்களைக் கவனிக்க அமர்த்தப்பட்ட அதிகாரி என்றும் ஆங்கிலத்தில் கூறினான்.

விமானநிலையச் சம்பிரதாயங்கள் முடிந்து விருந்தினர் விடுதிக்குச் செல்ல காலை பதினொரு மணியாகிவிட்டது.

'ஓய்வெடுத்துக்கொள்ளுங்கள். நான் எனது அலுவலகம் செல்ல வேண்டும். மதிய உணவின் பின் தூங்கிவிட்டு மாலை மூன்று மணிபோல் வருகிறேன்' என்றான் லியொங்.

'தூங்கிவிட்டா . . ?' என இழுத்தாள் மனைவி அதிகப் பிரசங்கித்தனமாக.

'சிறியதொரு குட்டித் தூக்கம்! காலை ஏழு மணிக்குத் தொடங்கினால் பன்னிரண்டு மணிவரை வேலை. பின்னர் வீடு சென்று மதிய உணவு உண்டபின் மாலை மூன்றுமணிவரை தூங்கிவிட்டு ஆறுமணிவரை வேலை செய்வோம். ஒவ்வொரு நிறுவனத்திற்கும் தொழிற்சாலைக்கும் அருகே வேலை செய்பவர் களுக்கென வீடுகள் கட்டிக் கொடுத்துள்ளார்கள். மதியம் தூங்குவதால் புத்துணர்ச்சியுடன் வேலை செய்ய முடிகிறது' என்றான் தனது கடிகாரத்தைப் பார்த்தவாறே. அவனுக்கு நித்திரை கொள்ளும் அவசரம்.

'இவர்கள் மதியம் என்ன உணவு சாப்பிடுவார்கள்' தாயைக் கேட்டாள் மகள்.

'பிரதான உணவே சோறுதான். அதை அவர்கள் வெவ்வேறு வடிவில் சாப்பிடுவார்கள். நூடில்சும் அவர்கள் விரும்பிச் சாப்பிடுவதுண்டு' என்றேன் மனைவி பதில் கூறுமுன்பு.

'அப்படியானால் அப்பா வேலை செய்வதற்கு ஏற்ற இடம் சீனாதான்' என்றாள் மகள் சிரித்துக்கொண்டே.

மதிய உணவிற்குப் பின் குட்டித்தூக்கம் போடுவதிலே நான் மகா சுகம் காண்பவன். மத்தியான வெயில் ஆளைப் பொசுக்கும். வெளியே வேலைசெய்ய முடியாது. விடப்படும் மூன்றுமணித்தியால லீவு அவர்களின் வேலைத்திறனை அதிகரிக்கிறது. வெப்ப வலையத்திலுள்ள எல்லா நாடுகளிலும் இதை அவசியம் அமல்படுத்த வேண்டும் என, நித்திரைக்கு வக்காலத்து வாங்கினேன்.

சொல்லி வைத்தாற்போல் மீண்டும் மூன்றுமணிக்கு வந்தான் லியொங். வந்தவன், 'வாருங்கள் கடைக்குப் போவோம். உங்களுக்குச் சில பொருட்கள் வாங்க வேண்டும்' என்றான்.

'எமக்கு எதுவுமே தேவையில்லை. தேவையானது எல்லாம் நாம் கொண்டுவந்தோம். மனைவிக்கும் மகளுக்குமுரிய செலவை நான் கொடுத்துவிடுகிறேன்' என்றேன் கண்ணியமாக.

'நீங்கள் எதுவுமே கொடுக்கவேண்டாம். உங்கள் செலவிற்காக என்னிடம் பணம் தரப்பட்டுள்ளது. வாருங்கள் கடைத் தெருவிற்குப் போவோம்' என அவசரப்படுத்தினான்.

கார் ஒரு வித்தியாசமான கடையின்முன் நின்றது. அங்கு மற்றக் கடைகளில் இல்லாத எல்லா ஆடம்பரப் பொருட்களும் காணப்பட்டன.

'இந்தக் கடையில் சாமான் வாங்குவதனால் பிரத்தியேக சீனக்காசு கொடுத்தல் வேண்டும். அதற்குப் பெயர் *RMB* யுவான் (*Year 2000*). வங்கியில் டொலரை மாற்றுவதன் மூலம்தான் இதைப் பெறமுடியும். அரச விருந்தினர் வந்தால் அனுமதி பெற்று இப்பணத்தை வங்கியில் பெற்றுக்கொள்வோம்' என்றான் லியொங்.

'சீன மக்களிடம் இந்தப்பணம் புழங்காதா..?' மனைவி ஆர்வம் மேலிடக் கேட்டாள்.

'அவர்களிடம் சாதாரண யுவான்தான் இருக்கும். யாராவது டொலர் போன்ற மேற்குலகப் பணம் வைத்திருந்தால் அது எங்கிருந்து பெறப்பட்டது என்ற விபரத்துடன் வங்கியில் மாற்றிய பின்பே, இக்கடையில் வாங்கமுடியும். இந்த நடைமுறை விரைவில் நீக்கப்படவிருக்கிறது. நீங்கள் அடுத்தமுறை வரும்போது நேரடியாகவே இக்கடைகளில் டொலரைக் கொடுத்துப் பொருள் களை வாங்கமுடியும்' என சீனாவில் வேறுபட்ட பணப் புழக்கத்துக்கு விளக்கம் கொடுத்தான் லியொங்.

கடைக்குள் அனைவரும் சென்றோம். கார்சாரதி கூடவே வந்தான். ஆஸ்திரேலியக் கடைகளில் சாதாரணமாக கிடைக்கும் அனைத்துப் பொருள்களும் அங்கு அழகாக அடுக்கி வைக்கப் பட்டிருந்தன.

எங்களை எதுவும் கேட்காமலே இரண்டு கூடைகளில் கார் சாரதியும் லியொங்கும் மளமளவென சாமான்களை எடுத்துப்போட்டனர். நெஸ்கபே, ஸம்பு, சவர்க்காரம், சுவிங்கம், சொக்கிளேற் எனப் பொருள்கள் கூடைகளில் நிரம்பி வழிந்தன.

பணத்தைக் கொடுத்தபின் சாமான்களை மூன்றாகப் பிரித்துப் பைகளில் போட்டான். ஒன்றை எனக்கு நீட்டினான்.

'இவை எதுவுமே எமக்குத் தேவையில்லை. நாம் வரும்போது கொண்டுவந்தோம்' என்றாள் மனைவி.

'இல்லை எடுத்துக்கொள்ளுங்கள்' என வற்புறுத்தினான் அவன். சுவிங்கத்தையும் சொக்கிளேற்றையும் மாத்திரம் மகள் எடுத்துக்கொள்ள மிகுதியை லியொங்கிடம் கொடுத்தேன்.

அவற்றில் உள்ளவற்றைப் பிரித்துத் தனது பையிலும் சாரதியின் பையிலும் போட்டுக்கொண்டவன் ஒரு பையைச் சாரதியிடம் கொடுத்தான். எங்களைப் பார்த்துச் சிரித்தபடியே தலையை ஆட்டி நன்றி தெரிவித்தான் கார்சாரதி. அவனுக்கு ஆங்கிலம் பேசத்தெரியாது.

மனைவிக்கோ இவனது செய்கை மிகுந்த எரிச்சலை ஊட்டியது. விடுதிக்கு வந்தவுடன் இதுபற்றிக் கேட்டாள்.

'உண்மைதான். எமக்கென ஒதுக்கப்பட்ட பணத்தில் தான் எல்லாவற்றையும் வாங்கிக்கொண்டான். மேற்குலக நாடுகளுக்குச் சென்றால் எமக்குரிய பணத்தை எமது கையில் கொடுத்துவிடுவார்கள். மொழி தெரியாத இடத்தில் இப்படியான ஒழுங்கீனம் நடப்பது இயற்கைதான். அவர்களுக்கும் இப்படியான பொருள்களை வாங்குவதற்கு இதுதான் சந்தர்ப்பம். இதில் உனக்கென்ன குறையப் போகிறது?'

'என்னதான் இருந்தாலும் இப்படி ஒரு ஊழலா..? என்னால் இதை ஏற்றுக்கொள்ள முடியவில்லை' என முணுமுணுத்தாள்.

இரவுச் சாப்பாட்டிற்கு நகரத்திலுள்ள விலை உயர்ந்த றெஸ்ரோறன்றுக்கே எங்களை அவன் அழைத்துச் செல்வான். அப்பொழுதெல்லாம் தன்னுடன் தன் கந்தோர் நண்பர்களையும்

அழைத்துவருவான். சில சமயங்களில் அவனது நண்பிகள் சிலரும் கலந்துகொள்வதுண்டு.

'நல்லவேளை! நாங்களும் வந்தது. இல்லாவிட்டில் இவங்களோடை என்ன கூத்தடிச்சிருப்பியளோ..?' நாள் பூராவும் நச்சரித்தாள் மனைவி.

விரிவுரை தொடங்கிவிட்டது. லியொங்கும் எம்மை அன்புடன் கவனித்துக்கொண்டான். கேட்டவை கேட்டவுடன் கிடைத்தன. இருப்பினும் எம்மை 'அந்த'க் கடைக்கு அழைத்துச்சென்று 'எமக்கு' என்ற சாட்டில் சாமான் வாங்குவதும் விலை உயர்ந்த றெஸ்ரொரன்றுக்கு எம்மை அழைத்துச் சென்று தமது சகாக்களுடன் கும்மாளமடிப்பதும் ஏனோ எனது மனதை அரித்தது. நாட்டின் அபிவிருத்திக்கென வழங்கப்படும் பணம் இவ்வாறு செலவு செய்யப்படுவதற்கு நான் காரணமாக இருக்கிறேனோ என்ற எண்ணம் வாட்டியது. எப்படி அவனைக் கேட்பது என்ற தயக்கம்.

அன்றும் அந்தக் கடைக்குச் சென்று நிறையப் பொருள்களை வாங்கியிருந்தான் லியொங். அதில் அரைப் போத்தல் விஸ்கியும் அடங்கும். சாரதியுடன் ஒரு மூலைக்குச் சென்ற லியொங், போத்தலைத் திறந்து குடிக்கத் தொடங்கினான். என்னையும் அழைத்தான். மனைவி என்னைப் போகவிடாது பார்வை யாலேயே தடுத்தாள்.

மகள் விடுதிக்குச் செல்லவேண்டுமென்று அடம் பிடிக்கவே அனைவரும் காரில் ஏறிக்கொண்டோம். வழக்கம் போலவே சுவிங்கத்தையும் சொக்கிளேற்றையும் எனது மகளிடம் கொடுத்த வாறே, 'உங்களுக்கு எத்தனை குழந்தைகள்?' எனக் கேட்டான்.

'விரல்களை விரித்துக்காட்டி மூன்று' என்றாள் மனைவி.

'மூன்றா..?' வாயைப் பிளந்தான் லியொங்.

'எனக்கு ஒரு பெண்குழந்தை மாத்திரம்தான் இருக்கிறது. ஆண் குழந்தையொன்று பெற்றெடுக்க ஆசைதான். ஆனால் எமது நாட்டின் 'ஒரு குழந்தை மட்டும்' சட்டம் அதற்கு இடம்தராது' என்றான் விரக்தி கலந்த தொனியில். (இரண்டு குழந்தைகள் பெறலாம் என்ற சட்டம் இப்பொழுது படிப்படியாக அமுல் படுத்தப்படுகிறது.)

‘எதிர்பாராத விதமாக இரண்டாவது குழந்தை கருத்தரித்தால்..?’ அப்பாவியாக மனைவி கேட்டாள்.

‘அந்தக் குழந்தையை அழிப்பதைத்தவிர வேறு வழியில்லை. இரண்டாவது குழந்தை பிறந்தால் அதற்கு எதுவித அரச உதவியும் கிடைக்காது. பாடசாலைகளில் இடம், கல்விப் பணம், வேலைவாய்ப்பு போன்ற அனைத்திற்கும் அரசு உத்தரவாதம் அளிக்காது’ என்றான் லியொங்.

‘முதல்தரமே இரட்டைக் குழந்தைகள் பிறந்துவிட்டால் என்ன செய்வார்கள்..?’ என மகள் கேட்டவுடன் அனைவரும் சிரித்துவிட்டோம்.

‘இரட்டைக் குழந்தை பிறந்தால் அதிர்ஷ்டம்தான்! அதற்கு அரச சட்டத்தில் இடமிருக்கிறது. குடும்பத்தில் ஒரு குழந்தை மாத்திரம் வளர்வதால் அவர்கள் பரஸ்பரம் கொடுத்து வாங்கும் பழக்கம் அற்றவர்களாக வாழப் பழகுகிறார்கள். இது எதிர்காலத்தில் சுயநலம் மிக்க சமுதாயத்தை உருவாக்கும்’ என்றான் லியொங்.

விஸ்கி தனது வேலையைத் தொடங்கியிருக்க வேண்டும். அட்டகாசமாகச் சிரித்தவாறே லியொங்கும் சாரதியும் தமது மொழியில் ஏதேதோ பேசிக்கொண்டார்கள். வழக்கத்துக்கு மாறாக வேகமாகக் கார் ஓடிக்கொண்டிருந்தது.

சைரன் சத்தத்துடனும் சைகை விளக்குடனும் பின்னால் துரத்திவந்த பொலீஸ் வாகனம் எமது காரை மறித்தது.

இரு பொலீஸ் உத்தியோகத்தர்கள் இறங்கி வந்தார்கள். மதுவின் மணம் மூக்கைத் துளைக்கவே அதையும் பரிசோதித்து உறுதிசெய்துகொண்டார்கள். குற்றப் புத்தகத்தை எடுத்த எழுத ஆயத்தமானான் பொலீஸ்காரன்.

அவசர அவசரமாக இறங்கிய லியொங் அவனுடன் பேரம் பேசத் தொடங்கினான். கையை அசைத்து உடம்பை ஆட்டி உரத்த தொனியில் இருவரும் பேசிக்கொண்டனர். பாஷை விளங்காவிட்டாலும் லஞ்சத் தொகைக்கு பேரம் நடப்பதைப் புரிந்துகொண்டேன். இறுதியில் பணம் கைமாறியது.

பணத்தை வாங்கிய பொலீஸ்காரன், அரைவாசியை எண்ணி மற்றவனிடம் கொடுத்துவிட்டு மிகுதியைத் தன் தொப்பியின் உள்புறத்தில் மறைத்துக்கொண்டான். மற்றவனோ

தனது பேர்ஸை எடுத்தான். அதன் ஒரு பக்கத்தில் மாசேதுங்கின் படம் வைக்கப்பட்டிருந்தது. அதற்குப் பின்னால் காசை மூன்று, நான்கு பகுதியாக மடித்து மறைவாகச் செருகிக்கொண்டான்.

மனைவி அனைத்தையும் பீதி கலந்த முகத்துடன் பார்த்துக் கொண்டிருந்தாள். அவள் இன்னமும் உலகம் அடிபடாதவள்.

பயணம் தொடர்ந்தது. பொலீஸ் மறித்தபின் நிதானமாகவே காரை ஓட்டினான் சாரதி.

'கொம்மினிஸ்ட் நாடொன்றில் இப்படியெல்லாம் நடக்கு மென்று ஒருபோதும் எதிர்பார்க்கவில்லை' என்றாள் மனைவி விடுதிக்கு வந்ததும் வராததுமாக.

'ஆடம்பரத்தை விரும்புவது மனித சுபாவம், இதை அனுபவிக்க அவனுக்கு வேறு சந்தர்ப்பம் கிடைக்காது. ஒன்றைமட்டும் கவனித்தாயா? ஊழலிலும் லஞ்சத்திலும் ஊறிப்போனாலும் அவன் சமத்துவத்தை மறக்கவில்லை. எமது கணக்கில் பொருட்களை வாங்கினாலும் சாரதியுடன் சாமான்களைப் பகிர்ந்துகொண்டானே ...' என்ற என்னை இடைமறித்த மகள், 'பொலீஸ்காரனும் கிடைத்த லஞ்ச பணத்தை சமமாகப் பிரித்துக்கொண்டதை கண்டீர்களா அப்பா?' என்றாள்.

'சீனாவிற்கு வெளியே வாழும் எந்தச் சீனனிடமும் இந்தப் பண்பைப் பார்த்திருக்கமாட்டாய். அவன் சுயநலம் மிக்கவ னாகவே இருப்பான்' என்று லியொங்கை நியாயப்படுத்த முயன்றேன்.

'கொம்மினிஸ்ட் தத்துவத்தின் எந்த அத்தியாயத்தில் இது சொல்லப்பட்டிருக்கிறது..?' என்று கேட்டாள் மனைவி குத்தலாக.

கொம்மினிஸம் ஒரு முன்மாதிரியான தத்துவம். *Ideal* என வைத்துக்கொள்ளேன்! சீனா போன்ற நாடுகளில் கடைப்பிடிக்க முயல்வதெல்லாம் இதன் முதல்படியான சோஷலிசம்தான். *Ideal* ஆன ஒரு விடயத்தை நடைமுறைக்குக் கொண்டுவருவது கஷ்டம் ...'

'அதனாலேதான் சோஷலிசம் தோல்வியைத் தழுவிக் கொண்டதோ?' என்றாள் மனைவி வாங்கிய சாமான்களை குளிர்பெட்டிக்குள் அடுக்கியவாறே.

'சோஷலிசம் ஒருபோதும் தோல்வி அடையவில்லை. அதைக் கடைப்பிடித்த முறைதான் தோல்வியைத் தழுவிக்கொண்டது.

ஊழல், லஞ்சம் என்று தலையில் அடித்துக்கொள்கிறாயே..? அவன் செய்த ஊழலில் உனக்கும் பங்கிருக்கென்பதை மறந்து விட்டாயா?' என்றேன் மனைவியின் வாயை அடக்கும் நோக்குடன்.

'எனக்கும் பங்கா..?' என்றாள் கோபம் பொங்க.

'உனக்கும் மகளுக்கும் செலவுசெய்யும் பணம் எந்த வகையில் அடங்கும்? உங்களுக்காக எழுதும் கள்ளக் கணக்குடன் அவனுக்கும் தோழர்களுக்கும் சேர்த்து எழுதட்டுமே' என்றேன்.

மறுகணம், நடைமுறை சோஷலிசம் பற்றிய சிந்தனைகளிலே என் மனம் மூழ்கலாயிற்று.

அந்நியமாதல்

வழமையான காற்றமுத்தப் பிரச்சனைகள் ஏதுமின்றி இந்து சமுத்திரத்தின் மேலாக விமானம் அமைதியாகப் பறந்துகொண்டிருந்தது. இரவு உணவு முடிந்தபின் அனைவரும் தூங்குவதற்கு வசதியாக விளக்குகள் அணைக்கப்பட்டு, நடுவிலுள்ள பெரிய வெண்திரையிலும் ஆசனத்துக்கு முன்னால் பொருத்தப்பட்ட குட்டி 'மொனிற்றிர்' களிலும் வெவ்வேறு சனல்களில் படங்கள் ஓடிக் கொண்டிருந்தன.

விமானத்தில் வழங்கப்பட்ட இரண்டு 'பெக்' விஸ்கியைக் குடித்து நன்றாகச் சாப்பிட்டும் வழமைக்கு மாறாக அன்று என்னால் தூங்கமுடியவில்லை. அந்தச் சம்பவம் மீண்டும் மீண்டும் என் மனதை அலைக்கழித்தது. யன்னலோர இருக்கையை நன்கு பதித்து தலையணை ஒன்றைத் தலைமாட்டிலும் இன்னொன்றை நெஞ்சுடனும் அணைத்துப் பிடித்தவாறு எனக்குப் பின்னால் மல்கம் ஆழ்ந்த தூக்கத்திலிருந்தான். அவனது உணர்வுகளை அந்த நிகழ்வு அதிகம் பாதித்திருக்கவில்லை போலும். *'Poor fellow'* என இரண்டு வார்த்தைகளை உதிர்த்து அதற்கு வடிகால் அமைத்துக்கொண்டான். நடந்து முடிந்த காரண காரியங்களுக்காகப் பெரிதும் அலட்டிக்கொள்ளாத பிறவி அவன். ஆனால் வாழ்க்கையின் மேடுபள்ளங்களையெல்லாம் கடந்து கஷ்டத்தின் மத்தியிலேயே வாழ்ந்து முன்னேறிய எனக்கு, அது பெரும் தாக்கத்தை ஏற்படுத்தியது.

டக்காவிலிருந்து சிட்னிவரையிலான பறப்பு முழுவதும் பத்து மணிநேரம் யூசுப் பற்றிய நினைவிலேயே ஆழ்ந்திருந்தேன்.

வங்காளதேச ஆராய்ச்சி நிலையமொன்றின் நீள்சதுர விருந்தினர் மண்டபத்தில் மல்கமும் நானும் அமர்ந்திருந்தோம். அந்த மண்டபத்தின் முதல் மாடியிலேயே நாம் தங்குவதற்கு அறை ஒதுக்கியிருந்தார்கள். விருந்தினர் மண்டபத்தில் நூறு பேருக்கு மேல் அமரக்கூடிய மேசைமீது வெளுத்த வெள்ளைத்துணி விரிவிக்கப்பட்டு, ஐந்தடிக்கொன்றாக முற்றாத நெற்கதிர்களாலும் பூக்களாலும் அலங்கரிக்கப்பட்ட சீனநாட்டுப் பூச்சாடிகள் வைத்திருந்தார்கள். அந்தப் பென்னாம் பெரிய மேசையின் குறுகிய அந்தலையில் மல்கமும் அதை ஒட்டிய பக்கவாட்டில் அவனருகே நானும் அமர்ந்து அன்றைய இரவு உணவுக்காகக் காத்திருந்தோம். அங்கு நடப்பனவெல்லாமே அவனுக்குப் புதுமையாக இருந்திருக்க வேண்டும். என்னைப் பார்த்து அடிக்கடி புன்னகைத்தவண்ணம் இருந்தான். பொஸ்னிய யுத்தப் பிரச்சனை காரணமாக குடும்ப உறுப்பினர்கள் அனைவரையும் இழந்தபின், ஆஸ்திரேலியாவுக்குச் சமீபத்தில் புலம்பெயர்ந்த அவனை, நான் பகுதிநேர அடிப்படையில் உதவியாளனாகச் சேர்த்திருந்தேன். இளைஞன். உண்மையான உழைப்பாளி. முதல்முறையாக தெற்கு ஆசிய நாடொன்றுக்கு வந்திருக்கிறான். வங்காளதேசத்துக்கு அவனைக் கூட்டி வந்ததற்காக, வந்த நாள் முதல் சந்தர்ப்பம் கிடைக்கும்போதெல்லாம் எனக்கு நன்றி கூறிக்கொண்டிருந்தான்.

கோடைவெப்பத்திலும் கோட் சூட் அணிந்து அங்குவந்த வங்காளி ஒருவன் என்னைக் கடந்துபோய் மல்கமுக்குக் கைகொடுத்துத் தன்னை அறிமுகப்படுத்திக்கொண்டான். இந்த விருந்தினர் மாளிகை உலக வங்கி உதவியுடன் ஆராய்ச்சி நிலையத்துக்கு வரும் அதி உயர் விருந்தினர்களுக்காகக் கட்டப் பட்டதென்றும் தானே அதை நிர்வகிக்கும் மனேஜர் என்றும் பெருமையாகக் கூறிக்கொண்டான்.

இவை அனைத்தையும் நான் புன்னகையுடன் பார்த்துக் கொண்டிருந்தேன். என்னை அவன் கண்டுகொள்ளாதது மல்கமுக்கு அசௌகரியத்தை ஏற்படுத்தியிருக்க வேண்டும்.

'என்னிடம் எதற்காக இவற்றையெல்லாம் சொன்னான்?' மல்கம் தன்னுடைய அதிருப்தியை, வங்காளி சென்றதும் இவ்வாறு வெளிப்படுத்தினான்.

'ஆங்கிலேயர்களின் ஆட்சிக்குக்கீழ் அதிக காலம் வாழ்ந்ததி னால் ஏற்பட்ட தாக்கம்தான் இது' என்றேன்.

'நான் ஆங்கிலேயன் இல்லையே?' என்றான் மல்கம் தன் புருவத்தை உயர்த்தியவாறு.

கள்ளக் கணக்கு

'ஆனால் உனக்கு வெள்ளைத்தோல் இருக்கிறதே? அதற்குரிய மதிப்புத்தான் இது' என நான் சிரித்தேன்.

'வெள்ளைத் தோலா? சீனர்களுக்கும் வெள்ளைத்தோல் இருக்கிறதே' என்று நகைச்சுவையுடன் அவன் கேட்டான்.

'சீனர்களுக்கு மஞ்சள் தோல் என்று நம்மவர்கள் நினைத்துக் கொள்கிறார்கள்' என நான் சற்று சீரியஸாகவே பதிலளித்தேன்.

அப்போது அறைக்குள் பணியாள் ஒருவன் வந்தான். தன்னை யூசுப் எனப் 'பவ்வியமாக' அறிமுகப்படுத்திக் கொண்டபின் உணவு வகைகளை ஒன்றன்பின் ஒன்றாக மேசைக்குக் கொண்டு வந்தான்.

'இந்த உணவு வகைகளை நானே சமைத்தேன். இந்த நாட்டை முழுமையாக அறிந்துகொள்ள வங்காளதேச உணவு வகைகளை நீங்கள் சுவைக்க வேண்டுமல்லவா?' என்று அக்கறையுடன் கூறிப் பரிமாறத் துவங்கினான்.

மேற்கத்திய உணவு என்ற பெயரில் அதுவுமில்லாமல் இதுவுமில்லாமல், இடையில் ஒருவகை பண்டத்தை எதிர் பார்த்திருந்த எனக்கு யூசுப்பின் பேச்சு அவன் மேல் அபிமானத்தை ஏற்படுத்தியது. கோழிக் கால்களைத் துடையுடன் சேர்த்து வெட்டி மஞ்சள் தூளிலும் மசாலாவிலும் பிரட்டி எடுத்து எண்ணையில் வதக்கி இருந்தாள். அவை நாட்டுக் கோழியின் கால்களாக இருக்க வேண்டும். எண்ணையில் நன்கு வதங்கி, சுருங்கி தவளைக் கால்கள் போல் காட்சியளித்தன. Hormoneஇல் வளர்ந்த 'சப்' என்ற கோழிக் கால்களை ஆஸ்திரேலியாவில் தின்று அலுத்த மல்கத்துக்கு நாட்டுக்கோழி நன்கு சுவைத்திருக்கவேண்டும். எலும்பையும் மீதிவிடாமல் சப்பிச் சுவைத்து மென்றுகொண்டிருந்தான்.

'அதிகம் சாப்பிடாதே. இந்த எண்ணையும் மசாலாவும் உனக்கு வயிற்றுப் போக்கை ஏற்படுத்தும்' என நான் எச்சரித்தேன். வயிற்றுவலியால் அவன் படுத்தால், வந்த அலுவல் முடியாதென்ற கவலை எனக்கு. அவனோ எதையும் காதில் வாங்காமல் தொடர்ந்து அந்தக் கோழிக்கால்களைக் கடித்துக்கொண்டிருந்தான்.

ஆராய்ச்சி நிலையத்தில் பயிற்சிப் பட்டறையும் துவங்கியது. செய்முறைப் பயிற்சிகளை ஒழுங்கு செய்ய வேண்டியது மல்கமின் வேலை. மூன்றாம் நாள் பயிற்சி வகுப்பின்போது மல்கம் தனது கால்களைப் பக்கவாட்டுக்கு அகட்டிவைத்து நடக்கத் துவங்கினான். எனக்கு விசயம் விளங்கிவிட்டது. அவனைக் கூப்பிட்டுக் கேட்டேன்.

ஆசி. கந்தராஜா

'பயப்படுவதற்கு ஒன்றுமில்லை. தற்பாதுகாப்பிற்காக 'நப்கின்' கட்டியிருக்கிறேன்' என்றான்.

யூசுப் சமைக்கும் கறியின் சுவை அவனது நாவின் சுவை மொட்டுக்களை மீட்டியிருக்கவேண்டும். வயிற்றின் அலைக் கழிவுக்கு மத்தியிலும் காரமான உணவுவகைகளைக் கேட்டு வாங்கிச் சாப்பிட்டுக்கொண்டிருந்தான்.

மல்கத்தின் சாப்பாட்டு மோகத்தினால், யூசுப் இப்பொழுது எம்முடன் அந்நியோன்யமாகப் பழகத் தொடங்கினான். இரவு நேரங்களில் எமது அறைக்கு வந்து நீண்ட நேரம் உள்ளூர் அரசியலும் ஊர்ப் புதினங்களும் பேசுவான். அப்பொழுதெல்லாம் நாளைய சமையல் பற்றிய சங்கதிதான் மல்கத்தின் பேச்சில் முதலிடம் பெறும்.

தனக்குக் கீழ் பணிபுரியும் யூசுப், மல்கமுடன், அதுவும் ஒரு வெள்ளைக்காரனுடன் சிநேகிதமாக இருப்பது மனேஜருக்கு எரிச்சலை ஏற்படுத்தியிருக்கவேண்டும். எமக்கு முன்னால் யூசுப்பைக் காரணகாரியமின்றி அடிக்கத் துவங்கினான். அப்பொழு தெல்லாம் மல்கத்தின் கை துருதுருக்கும். மேற்கொண்டு அசம்பாவிதம் ஏதும் நிகழாதவாறு மல்கத்தை நான் அடக்கி வைத்திருந்தேன். அடுத்த சில நாள்களாக யூசுப் எமது அறைக்கு வரவில்லை. சாப்பாட்டு அறையிலும் காணவில்லை. 'உன் தோஸ்துவைக் காணவில்லையே? என்ன நடந்தது?' என்று மல்கத்தைக் கேட்டேன்.

'பாவம் யூசுப், இரவில் சைக்கிள் றிக்ஷா ஓட்டுகிறான்' என்றான்.

'மனேஜர் அவனை வேலையால் நிற்பாட்டிவிட்டானா?' எனக் கேட்டேன் யூசுப்பின் மீது அநுதாபம் மேலிட.

'பரிமாறும் பணிக்கு வேறொருவனைப் போட்டிருக்கிறான். எம்முடன் பேசக்கூடாது என்றும் தடுத்திருக்கலாம். அதுதான் எம்முடன் அந்நியோன்யமாகப் பழகத் தயங்குகிறான்.' பேச்சில் வெறுப்பு தொனிக்க கூறிய மல்கம் தன் முகத்தை இருகைகளாலும் அழுத்தித் துடைத்தவாறு ஒரு புதிய வர்த்தமானத்தைச் சொன்னான்.

'ஏன் யூசுப்பை இப்படி நடத்துகிறாய்?' என்று நான் மனேஜரிடம் நேரே கேட்டேன். அந்த ராஸ்கல் சிரித்து மழுப்பி விட்டான். யூசுப்பின் மேல் அவனுக்கு வெறுப்புவர வேறு காரணமும் இருப்பதாக அறிந்தேன். மனேஜரின் மகனும்

யூசுப்பின் மகனும் ஒன்றாக எட்டாம் வகுப்புக்குரிய அரச பரீட்சை எடுத்தார்களாம். யூசுப்பின் மகன் நாடளாவிய ரீதியில் அதிஉயர்புள்ளிகள் பெற்று சித்தியடைந்திருக்கிறான். தனக்குக் கீழ் பணிபுரியும் ஒருவனின் பிள்ளை தன்மகனை முந்துவதா என்கிற முறுகல். இதனால் யூசுப்பின் வேலை நேரத்தில் வெட்டு போன்ற பல தொல்லைகளைக் கொடுத்துக்கொண்டிருக்கிறான்.

'பரீட்சையில் மகன் அடைந்த சித்திக்கும் வேலை நேரத்துக்கும் என்ன சம்மந்தம்' என நான் யோசிக்கும் அவகாசத்தை மல்கம் வைக்கவில்லை. யூசுப் தன் மகனை உயர்நிலைப் பள்ளிக்கு அனுப்ப வேண்டுமாயின் ஒரு குறிப்பிட்ட தொகை முற்பணம் கட்ட வேண்டுமாம். அதுதான் யூசுப் இரவில் சைக்கிள் ரிக்ஷா ஓட்டுகிறான் என்றான்.

யூசுப்மீது மல்கம் காட்டும் கரிசனை எமக்குச் சிக்கலை ஏற்படுத்தலாம் என நான் பயந்தேன். தங்கள் உள் விவகாரங்களில் நாம் தலையிடுவதாக நிர்வாகம் எம்மீது குற்றம் சாட்டக்கூடும். இருப்பினும் யூசுப் விசயத்தில் பேசாமல் இரு என மல்கத்தைத் தடுக்கவும் மனசு வரவில்லை. மல்கத்தின் பின்னால் வந்து ஓட்டிச்சலாம் போட்டுத் திரிந்த மனேஜர் என்னுடன் திடீரென நட்புடன் பழக ஆரம்பித்தான். அவனுடைய எந்தச் செயலிலும் ஒருவகை போலித்தனம் தென்படுவதை என்னால் உணர முடிந்தது. இதனால் அவனுடைய செயல்களை மனசார வெறுத்த போதிலும் வெளியிற் காட்டிக்கொள்ளவில்லை.

மல்கம் வயிற்றைத் திறந்து வைத்துக்கொண்டு கண்டதையும் கடியதையும் தின்றதினால் வயிற்றுப்போக்கு அதிகமாகி *Dehydration* ஆகுமளவுக்கு வந்துவிட்டது. இந்நேரம் பார்த்து எனக்கும் காய்ச்சலென்று துவங்கி, மலேரியாக் காய்ச்சலாகி கைகால்கள் உதறத் தொடங்கிவிட்டன. எமது துரதிர்ஷ்டம் எதிர்பாராத விதமாக எதிர்க்கட்சி ஒழுங்கு செய்த நாடளாவிய ஹர்த்தால் அப்போது ஆரம்பமாகியது. வங்காள தேசத்தின் ஹர்த்தால்கள் மிகவும் மூர்க்கமானவை. அரச இயந்திரங்கள் எல்லாம் முடங்கிவிடும். ஹர்த்தால் என்றாலே வங்காள தேசத்தவர் வீதிகளையும் நடமாட்டத்தையும் துறந்து வீடுகளுக்குள்ளே முடங்கிக்கிடப்பார்கள். அறையிலுள்ள ரெலிபோனில் உயர் அதிகாரிகள் உட்பட பலரையும் நாம் தொடர்புகொள்ள எத்தனித்தோம். அனைத்தும் செயலிழந்திருந்தன. வங்காள தேசத்து அரசியல்கட்சிகள் மாறிமாறி நடத்தும் ஹர்த்தால் பற்றியும் முஜிபுர் ரஹ்மான் பெற்றுக் கொடுத்த சுதந்திர அரசு, கட்சி அரசியலின் கெடுபிடிக்குள் பிராணாவஸ்தைப்படுவதையும் நான் அறிந்திருந்தேன். ஆனாலும் அதன் தாக்கத்தையும்

கொடுமையையும் இப்படி நேரில் அநுபவிப்பேன் என எதிர்பார்க்கவில்லை. மனத்தெம்பை வரவழைத்துக் கொண்டு மெல்ல எழுந்து நாம் இருக்கும் விருந்தினர் மண்டபத்தின் பின்புறத்தேயுள்ள மனேஜர் வீட்டுக் கதவைத் தட்டி விபரத்தைச் சொன்னேன். ஜன்னலை இலேசாகத் திறந்தவன், ஆராய்ச்சி நிலையத்தின் தொழிற்சங்கத் தலைவன் தான் என்றும், வெளியே வந்தால் ஹர்த்தாலை மீறியதாகிவிடும் என பயப்படுவது போல நடித்து ஜன்னலைச் சாத்திக்கொண்டான்.

என்ன ஆச்சரியம்?

ஹர்த்தால் கெடுபிடிகள் அனைத்தையும் 'உச்சி'க்கொண்டு யூசுப் எங்கள் அறைமுன் நின்றான். மலேரியா நோய்க்கான வில்லைகள், மல்கத்தின் வயிற்றோட்டத்தை நிறுத்துவதற்கான மருந்து வகைகள் குடிதண்ணீர் ஆகியவற்றுடன் வந்திருந்தான். என்னால் உணர்ச்சியைக் கட்டுப்படுத்த முடியவில்லை. அழுதுவிட்டேன்.

'என்னய்யா? நீங்கள் இப்படி அழலாமா?' என்று தேற்றிய வாறே மருந்துகளைத் தந்தான். மானிடத்தை, சாக்கடை அரசியலினால் முற்று முழுதாக அழித்துவிட முடியாது என்பதின் சாட்சியாய் யூசுப் என் முன்னே நிற்கிறான் என்பதை விளங்கிக் கொள்ளுதல் மனசுக்குச் சுகமாகவும் இருந்தது.

ஹர்த்தால் தொடர்ந்தது. எதிர்க்கட்சியின் பிரசாரத்தினாலும் போர்முனைப்பு நடவடிக்கைகளினாலும் ஹர்த்தால் வேகம் பெற்றது. வங்காளதேசத்தின் இராணுவமும் ஹர்த்தாலை அடக்குவதற்கு அரசுக்குத் துணைபோக மறுத்தது. இந்நிலையில் வங்காளதேச அரசு கவிழ்ந்தது. எதிர்க்கட்சியின் தொழிற்சங்கம் வெற்றிக்களிப்பில் திரிய, பதவி இழந்த கட்சி புதிய ஹர்த்தால் ஒன்றினை நடாத்த புதிய நியாயங்களைத் தேடிக்கொண்டிருந்தது. ஆளும் கட்சிகளும் ஆட்சிகளும் மாறலாம். ஆனால் ஹர்த்தால் போராட்டத்தின் வரலாறு தொடரும். நாடு விடுதலையானதும் அதனை நிறுவிய தலைவரே படுகொலை செய்யப்பட்டார். இதன் தொடர்ச்சியாக இராணுவமும் அரசியல் கட்சிகளும் ஆட்சியைக் கைப்பற்ற ஹர்த்தாலை வெற்றி தரும் கருவியாகப் பயன்படுத்தி வருகின்றன.

ஹர்த்தால் கெடுபிடிகளின் மத்தியிலே யூசுப் காட்டிய பரிவும் அக்கறையினாலும் உடல் தேறினோம். இந்நிலையில் நானும் மல்கமும் ஆஸ்திரேலியாவுக்குத் திரும்புவது எனத் தீர்மானித்தோம்.

அன்று புறப்படும் நாள்.

எம்மை விமானநிலையத்துக்குக் கொண்டுபோகவென நாம் கேட்காமலேயே மனேஜர் காரை ஒழுங்கு செய்திருந்தான். விசாரித்ததற்கு மேலதிகாரியின் உத்தரவு என்றான். கார் விருந்தினர் மாளிகையின் போட்டிக்கோவிலேயே நிற்பாட்டப்பட்டிருந்தது. யூசுப் எமது பெட்டிகளைத் தூக்கிக்கொண்டு வந்து காரிலே ஏற்றிக்கொண்டிருந்தான்.

'குடிநீர் புட்டியை மறந்துவிட்டீர்கள் அப்பா!' என்று கத்தியவாறு சிறுவன் ஒருவன் ஓடிவந்தான்.

'இவன்தான் பரீட்சையிலே ஜெயித்த யூசுப்பின் மகன்' என அந்தப் பையனை அணைத்தவாறு மல்கம் அவனை அறிமுகம் செய்தான்.

பரீட்சையில் ஜெயித்ததற்கு வாழ்த்துக் கூறிய நான், 'எப்பொழுது புதிய உயர்நிலைப் பள்ளிக்குச் செல்கின்றாய்?' என்று வெகு யதார்த்தமாகக் கேட்டேன்.

மௌனமாக நின்றான் பையன். யூசுப் மிடறு விழுங்கினான். பையன் தன்னை சுதாகரித்துக்கொண்டு 'பாடசாலைக்குக் கட்ட வேண்டிய பணத்தை அப்பாவினால் சேர்க்க முடிய வில்லை . . ., இடையில் ஹர்த்தால் வந்து எல்லாவற்றையும் குழப்பிவிட்டது . . .' என்றான். அவனுடைய பதிலிலே மண்டிக் கிடந்த ஏக்கத்தினை நான் புரிந்துகொண்டேன்.

ஹர்த்தாலின்போது யூசுப்பின் கருணையும் அக்கறையுமே மல்கமையும் என்னையும் மனிதர்களாகத் தேற்றி எடுத்துள்ளன. அப்பொழுது அவன் ஜாடைமாடையாகக் கூட தன் பணத் தேவைகளைச் சொன்னதில்லை. மனேஜர் தன் மீது திணிக்கும் அநியாய ஆதிக்கத்தைப் பற்றி முறைப்பாடு செய்ததும் இல்லை. அவனுடைய பணத்தேவை அறிந்திருந்தும் அதனைப் பற்றி அக்கறைப்படாத என்னுடைய மெத்தனத்திற்காக நான் வருந்தினேன். பிராயச்சித்தமாக என் கையிற்கிடந்த பணம் முழுவதையும் அவன் கைகளில் திணித்தேன். பயணத்தின்போது எமக்குப் பணம் தேவைப்படவும் மாட்டாது.

நான் யூசுப்புக்குப் பணம் கொடுத்ததை மனேஜர் பார்த்திருக்க வேண்டும். சடுதியாக அந்த இடத்திலே தோன்றி, ஏதோ சட்டவிரோதமான செயலைத் தடுத்து நிறுத்தும் தோரணையில், யூசுப்பின் கைகளிலே நான் திணித்த பணத்தைப் பிடுங்கிக் கொண்டான்.

'எதற்காக இந்தப் பணம்?' என அவன் கேட்டான்.

இது அவனுக்கான டிப்ஸ், அவ்வளவுதான்.

'டிப்ஸ் என்பது இங்குள்ள ஊழியர்கள் அனைவரும் சமமாகப் பங்கிட்டுக்கொள்ள வேண்டியது. அதுதான் இங்குள்ள நடைமுறை' என்று கூறிக்கொண்டே, அவ்வளவு பணத்தையும் தன் கோட்டின் பைக்கற்றுக்குள் திணித்துக்கொண்டான்.

'இது அவனுடைய சேவைக்கு மட்டும் கொடுக்கப்பட்ட டிப்ஸ். எங்களைச் செத்துப்போகும்படி நிர்க்கதியாய் விட்டவன்தானே நீ!' என்று மல்கம் வழமைக்கு மாறான கோபத்துடன் கத்தினான்.

'Stop it, my dear foreign guest..!' இங்குள்ள சட்ட திட்டங் களையும் கட்டுப்பாடுகளையும் மீறாதீர்கள். இது உங்களுக்கும் நல்லதல்ல, எங்களுக்கும் நல்லதல்ல,' என்றான் மனேஜர் – கார் கதவைத் திறந்து வைத்துக்கொண்டு, எங்களை உள்ளே தள்ளாத குறையாக.

கூழைக்கும்பிடுகளுடன் திரிந்தவன், எப்படித் திடீரென்று அதிகார மமதையுள்ளவனாக மாறினான் என நான் மலைத்தேன்.

டிரைவர் காரை ஸ்ராட் செய்தான். யூசுப்பும் மகனும் கையசைத்துக்கொண்டிருந்தார்கள்.

சூக்குமம்

இராணுவ ஜீப் சடுதியாக அவர் முன் நின்றதும் சின்னக் கண்ணு திகைத்துப்போனார். ஜீப்பினுள் இருந்த 'முக மூடி' இளைஞன் தலையை ஆட்டவே, சின்னக்கண்ணுவின் முகத்தில் பளார் என ஒரு அறை விழுந்தது.

'உன் மகன் சந்திரன் 'கொட்டியா' (Tiger) தானே . . ? சொல்லுடா!'

சின்னக்கண்ணு மிடறு முறித்துப் பதில் சொல்வதற்கிடையில் மீண்டும் பல அறைகள் விழுந்தன. அவருடைய மேலுதடு வெடித்து இரத்தம் வடியத் துவங்கியது. தலையில் கட்டிய துண்டை அவிழ்த்து வெடித்த இடத்தை அழுத்திப் பிடித்துக் கொண்டார்.

'சந்திரன் இருக்கிற புலிப்படை முகாம் எங்கை யெண்டு உனக்குத் தெரியும்தானே . . ?'

சின்னக்கண்ணுவின் கட்டுக் குடுமியை இறுகப் பிடித்துத் தலையை மேலும் கீழும் ஆட்டி, முழங்காலை மடித்து நாரியில் பலமானதொரு உதைவிட்டான் இராணுவ கோப்ரல் ஒருவன். ஜீப்பின் பின்புற ஆசனங்களுக்கு நடுவே முகம் குப்புற விழுந்தார் சின்னக்கண்ணு.

இராணுவத்தால் சின்னக்கண்ணு கைது செய்யப்பட்டார் என்ற செய்தி கிராமமெங்கும் பரவியது.

அப்பொழுதெல்லாம் யாழ்ப்பாணத்தில் பொதுமக்கள் கைது செய்யப்படுவது சாதாரண விஷயமே. ஆனால், அயல் கிராமங்களுக்கெல்லாம் மிகவும் வேண்டப்பட்டவராக வாழ்ந்த சின்னக்கண்ணு, இவ்வாறு கைதுசெய்யப்பட்டதை ஊர் மக்களாலே தாங்கிக்கொள்ள முடியவில்லை. இராணுவ முகாமுக்குக் கொண்டு செல்லப்பட்டவர் எப்பொழுது திரும்புவார் என்பது, யாரும் ஆரூடம் கூற முடியாது. இந்த நிலையில், சின்னக்கண்ணு இல்லாமல் ஊரிலும் அயல் கிராமங்களிலும் அந்த வேலையை எப்படி ஒப்பேத்துவது என்பதுதான் அனைவரது கவலையும்.

மாதத்தின் முதலாவது சனிக்கிழமை 'உடையார் வளவு' எனப் பலராலும் அறியப்பட்ட அந்த தென்னந் தோப்பில்தான் சின்னக்கண்ணு தனது தொழிலை ஆரம்பிப்பார்.

அதிகாலையிலேயே உதவிக்கு இரண்டு மூன்று எடுபிடி களுடனும் உசார் ஏத்த அரைப் போத்தல் சாராயத்துடனும் தென்னந்தோப்பில் அவர் ஆஜராவார் என்பதை ஊர் அறியும். வெயில் ஏற ஏறக் கிராம மக்கள் தமது இளம் நாம்பன் மாடுகளுடனும் கடுவன் நாய்களுடனும் தோப்பில் குழுமத் தொடங்குவார்கள்.

தென்னந்தோப்பின் மேற்கு மூலையில் நன்கு காய்ந்து முறுகிய பூவரச மர விறகுகளும் தேங்காய் மட்டைகளும் கொண்டு நெருப்பு மூட்டப்பட்டிருக்கும். நெருப்பின் நடுவே நீண்ட வளைந்த கம்பிகள் நெருப்பு நிறம் பெற்றுக் கனன்று கொண்டிருக்கும்.

தோப்பின் நடுவே சடைத்து வளர்ந்த பலா மரம் ஒன்றுண்டு. அந்த மரம் இப்பொழுது காய்ப்பதில்லை. அதன் கீழே சாக் கொன்றை விரித்து சின்னக்கண்ணு அமர்ந்துகொள்வார். பழுப்பேறிய கிளாஸ் ஒன்றில் அளவாகச் சாராயத்தை ஊற்றி இடையிடையே உசார் ஏற்றிக்கொள்வார். அந்நேரம் அவரது எடுபிடிகள் சிறிதும் பெரிதுமான கத்திகளை மணலும் கலவான் ஓட்டுப் பொடியும் சேர்ந்த கலவையை, தீட்டுக் கொட்டனில் போட்டு, கூராகத் தீட்டியெடுத்துச் சாராயப் போத்தலுக்கு அருகே உள்ள சாக்கில் வைத்துவிடுவார்கள். சுருட்டொன்றைப் புகைத்து முடித்தபின் எழுந்து நின்று காளைகளைப் பார்த்தால் சின்னக்கண்ணு தனது தொழிலை ஆரம்பிக்கப்போகிறார் என்பது அர்த்தம்.

இரண்டு கருங்காலிப் பொல்லுகளை, ஒரு முனையில் 'ஸ்குறூ' ஆணி கொண்டு இணைத்த 'கிட்டி'யே அவருடைய

கள்ளக் கணக்கு
117

தொழிலின் பிரதான ஆயுதம். சுத்தியல், ஆணி, குறடு போன்ற வற்றை ஒழுங்கு சீராக எவ்வாறு வேலையின்போது அவர் கையில் கொடுக்க வேண்டுமென்பதையும் எடுபிடிகளுக்குச் சின்னக்கண்ணு நன்கு பழக்கியிருந்தார்.

கிராமத்து விவசாயிகளிடம் மாட்டுப்பட்டிகள் உண்டு. பட்டியிலுள்ள மாடுகளை இனங்காண அறிவதற்குக் குறியிடுதல் வேண்டும். சிவப்பேறி அடுப்பிலே கனன்றுகொண்டிருக்கும் கம்பிகளைக் கொண்டு வெவ்வேறு வகையான குறிகளை அச்சொட்டாக வைப்பதில் சின்னக் கண்ணு நிபுணர். அந்த நேரங்களில் ஓவியம் தீட்டும் பக்குவம் அவர் விரல்களில் ஏறிவிடுவதுண்டு.

வண்டில் இழுக்கும் பருவத்தில் வளர்ந்து நிற்கும் காளை களுக்குக் 'காய்அடித்தல்' வேண்டும். இதை சின்னக்கண்ணு தனது பாஷையில் 'நலமடித்தல்' என்பார். இது செய்வதால் காளைமாடுகள் பெலமேறி ஒழுங்காக வேலை செய்யும் என்பது கிராமத்து விவசாயிகளது நம்பிக்கை.

காளைகள் ஒவ்வொன்னும் வரிசைக் கிராமத்திலேயே கவனிக்கப்படும். முன்னம் கால்களும் பின்னம் கால்களும் வெவ்வேறாகச் சேர்த்துக் கட்டப்பட்டுக் காளைகளை நிலத்தில் விழுத்தி அமத்திப் பிடித்துக்கொள்வார்கள் எடுபிடிகள். சின்னக்கண்ணு பின்னங்கால்களுக்கிடையே தொங்கும் விதைகளைத் தமது 'கிட்டி'யால் நசுக்கிக் கலக்குவார். உபாதையில் காளைகள் போடும் கூப்பாட்டில் ஊரே வெடித்துவிடும். இதைப் பற்றி அலட்டிக்கொள்ளாது பின்னர் நான்கு கால்களுக்கும் லாடன் அடித்து, பழுக்கக் காய்ச்சிய கம்பிகளால் அச்சொட்டாக விசேடக் குறிகளையும் போட்டுவிடுவார். வேலை 'அசுப்புசுப்பானதல்ல' ஆனாலும் தனது பணிகளைக் கனகச்சிதமாக முடித்த பின்னர். சுருட்டொன்றைப் பற்றவைத்துக்கொள்வார். உபாதையில் நொந்து உடல் குன்றிப்போய் நடக்க முடியாமல் நிற்கும் காளைகளைச் சுருட்டுப் புகையை உறிஞ்சி வெளியே ஊதியபடி பெருமிதம் பொங்கப் பார்ப்பார் சின்னக்கண்ணு.

இந்தத் தொழில் வித்தைகளைச் சின்னக்கண்ணு தமது தந்தையிடமே எடுபிடியாகச் சேர்ந்து கற்றுக்கொண்டார். தனது மகன் சந்திரனுக்கும் இந்தக் குலவித்தையைக் கற்றுக் கொடுத்துவிட வேண்டுமென்பது அவருடைய ஆசை. 'பட்டணத்திலுள்ள மிருக வைத்தியரிடம் கொண்டுபோனால் எந்த உபாதையுமில்லாமல் செய்துவிடுவார், நீங்கள் செய்வது மிருக வதை' என்று சந்திரன் விவாதிப்பான். பன்னிரண்டாம்

வகுப்புவரை படித்த அவன், தம்மை முற்போக்குவாதிகளென இனம்காட்டிக் கொண்டவர்களுடன் சிறிது காலம் சுற்றித் திரிந்தான். இப்பொழுது விடுதலை இயக்கத்தில் இருப்பதாக ஊரார் பேசிக்கொண்டார்கள். பட்டணத்தில் உள்ள ஒரேயொரு மிருக வைத்தியரிடம் ஊரிலுள்ள அனைவரும் சென்றால் அவரால் தனித்து இந்த வேலையை ஒப்பேத்த முடியாது என்பது சின்னக்கண்ணுவின் எதிர்வாதம். மிருக வைத்தியருக்கு வேறு வேலைகளும் உண்டல்லவா?

காளைகளுடன் மல்லுக்கட்டி முடிய மதியம் கழிந்துவிடும். பசியைத் தாங்குவதற்காக எனச் சொல்லி இரண்டு போத்தல் தென்னங் கள்ளை வயிற்றுள் இறக்குவார். கள்ளும் சாராயமும் வயிற்றுள் கலந்து 'கிக்' ஏறும் நிலையில் தான் 'எடுபிடிகள்' கம்பிகளைச் சூடேற்ற மூட்டப்பட்ட அடுப்பிலிருந்து சுடுசாம்பல் கொண்டு வாருவார்கள். அந்தக் கணமே அவர் கடுவன் நாய்களுடன் தனது கைங்கரியத்தைத் தொடங்குவார். குறுக்காகக் கட்டப்பட்ட இரண்டு தடிகளுக்குள் நாயின் தலையைக் கொடுத்து இறுக்கிப் பிடித்துக்கொள்வார்கள் 'எடுபிடிகள்'. நாயின் பின்புறத்தைத் தனது கால்கள் இரண்டுக்கும் இடையே விட்டு அமத்திப்பிடித்தவாறே, கூரிய கத்தி கொண்டு விதையை வெட்டிப் பிதுக்கி சுடுசாம்பல் பூசிவிடுவார். ஊர் நாய்கள் இவரைக் காணும் பொழுதெல்லாம் வாலைப் பின்னங்கால்களுக்கிடையில் மடித்து, கால்களைப் பதித்து உறுமிக் கொண்டு ஓட்டம் பிடிக்கும். சின்னக்கண்ணுவின் கைபடாத கடுவன்களோ காளைமாடுகளோ அந்தச் சுற்று வட்டக் கிராமங்களில் இல்லை. அவருடைய தொழில் மூலம் காளை மாடுகள் ஊனமுற்றதாகவோ அன்றேல் நாய்கள் ஏற்பு வலி வந்து இறந்ததாகவோ சரித்திரமில்லை. அவரது கைராசி அப்படி. சுடுசாம்பல்தான் அவரது 'அன்ரிபயோட்டிக்'.

சந்திரன் அந்தப் பகுதியில் அரசாங்கத்துக்குக் கரைச்சல் தரும் புலிகளுள் முக்கியமானவன். அவனுடைய அப்பன் சின்னக்கண்ணுவைப் பிடித்து அடிபோட்டு, ஆமி காம்பில் அடைத்து வைத்தால் இயக்க இரகசியங்களைக் கறக்கலாம் என்பது இராணுவத்தின் அனுமானம்.

ஒரு மாதத்திற்கு மேலாகியும் சின்னக்கண்ணு விடுதலை செய்யப்படவில்லை. அவரை வெளியே எடுப்பதற்கு சின்னக்கண்ணுவின் மனைவி இரவு பகலாக ஓடித்திரிந்தார். அப்போது புதிய நூற்றாண்டு தொடங்குவதற்குச் சில நாட்களே இருந்தன. புதிய மெலேனியத் தொடக்கத்தில் நல்லெண்ணப் பிணையில் வெளியே எடுக்க முயற்சி செய்யலாம் என ஆலோசனை கூறினார் அந்த ஊர் பிரக்கிராசி.

பிரக்கிராசியுடன் இராணுவமுகாம் போன உடையாரைக் கட்டிப்பிடித்துக் கதறி அழுதார் சின்னக்கண்ணு. கால்கள் அடித்து நொறுக்கப்பட்டு, நகங்களும் மயிர்களும் பிடுங்கப்பட்டு, சூடு வைத்த தீக் காயங்களுடன் நடக்க முடியாமல் அவர் போட்ட கூப்பாட்டில் உடையாரே அழுதுவிட்டார். விதைகள் வீங்கிய நிலையில் அவரால் ஒரு சொட்டுச் சிறுநீர் கூடக் கழிக்க முடிய வில்லை.

'வாயில்லா ஜீவராசிகளுக்கு செய்த பாவம்தான் உடையார், நான் இப்ப 'ஒண்டுக்கும்' இருக்கேலாமல் அவஸ்தைப் படுகிறன்' சிறுபிள்ளைபோல் தவழ்ந்து வந்து உடையாரின் காலைப் பிடித்தவாறே உபாதையில் அலறினார் சின்னக்கண்ணு.

'தொழில் தர்மம் என்று ஒன்றுண்டு சின்னக்கண்ணு, அதை மறந்து போனியோ . . ?' என்று ஆறுதல் கூறினார் உடையார்.

'மனிசனுக்கு மனிசன் விதையடிக்கிறதை நான் இங்கைதான் உடையார் பாத்திருக்கிறேன். நான்தான் வாழ்ந்தனுபவிச்சனான். இளம் பெடியனுக்கும் 'இதை' செய்யிற கொடுமையை இங்கை என்ரை கண்ணாலை கண்டேன். இப்பிடியும் இனத்தை அழிக்கலாம் எண்ட எண்ணத்தோடைதான், பெடியளை ஆமிக்காம்புக்கு அள்ளிக்கொண்டு வாறாங்கள் . . !' உடைந்த குரலில் சின்னக்கண்ணு விக்கித்தள்ள, 'சின்னக்கண்ணுவை வீட்டைக் கூட்டிக்கொண்டு போகலாமாம் . . !' என்றவாறே இராணுவ கப்ரனின் அறையிலிருந்து வெளியே வந்தார் பிரக்கிராசி.

இளைஞனாக இருந்தபோது அரசியல் கூட்டங்களிலே உரிமைக் குரல் எழுப்பியவர் உடையார்.

'எத்தனை வழிகளிலே ஏகாதிபத்தியம் நமது இனத்தை அழிக்க முற்படுகிறது' என்ற தடத்திலே அவர் சிந்திக்கலானார்.

'வீடும் வேதனையும்' என்று சின்னக்கண்ணு முணுமுணுத்தார்.

அவருடைய முணுமுணுப்பிலே ஆழ்ந்த தத்துவம் ஒன்று மறைந்துகிடப்பதாக உடையார் நினைத்தார்.

வேதி விளையாட்டு

'அது சரிவராது போலத்தான் இருக்கு...' என்ற மனைவியின் பதிலால் பொன்னம்பலம் மனமுடைந்து போனார். இந்த அளவுக்குச் சிக்கலாய் விஷயம் இருக்குமென்று அவர் கனவிலும் நினைக்கவில்லை. அவர் சம்பாதித்துள்ள குடும்பச் செல்வாக்கிற்கும் கௌரவத்துக்கும், இது வெகு சுலபமாக நடக்க வேண்டியது. ஆனால் காலம் எல்லாவற்றையும் புரட்டிப்போட்டுவிட்டது!

பொன்னம்பலத்தார், வாழ்க்கையை எப்படியும் வாழலாமென்று வாழ்பவரல்ல. அவருடைய வாழ்க்கையில் எப்போதும் ஓர் ஒழுங்குமுறை இருக்கும். வளவிலுள்ள மரங்கள் தொடக்கம் வீட்டிலுள்ள மனிதர்கள்வரை ஒருவகைக் கட்டுப்பாட்டுக்குள் வளரவேண்டுமென்று எதிர் பார்ப்பார். தனது குடும்பத்தில் பத்து வருஷங் களுக்குப் பின்னர் நடக்கப்போகும் விஷயங்களையும் இப்போதே தீர்மானித்துத் திட்டமிட்டுக்கொள்வது அவரது சுபாவம். இதுதான் அவரது பலமும் பலவீனமும்!

படுக்கையில் புரண்டு படுத்தார் பொன்னம்பலம்.

'என்னப்பா, நித்திரை கொள்ளாமல், யோசிச்சுக் கொண்டிருந்தால், எல்லாம் நடந்திடுமோ? பேசாமல் கண்ணை மூடிக்கொண்டு படுங்கோ.'

அவருடைய மனைவியோ அவருக்கு நேரெதிர்! தலையே போனாலும் கவலைப்படமாட்டார். நடக்கிறது நடக்கும் என்பது அவரது போக்கு. எல்லாப் பாரத்தையும் கடவுளின்மீது போட்டுவிட்டு நிம்மதியாக இருப்பார்.

பொன்னம்பலம் அடிமட்டத்திலிருந்து தன்னுடைய சொந்த உழைப்பால் முன்னேறியவர். பல்கலைக்கழகத்திலிருந்து அவர் என்ஜினியராக வெளிவந்தபோது, பெரியபெரிய இடங்களிலிருந்தெல்லாம், கொழுத்த சீதனத்துடன் பலர் போட்டி போட்டுக்கொண்டு பெண்கொடுக்க முன்வந்தார்கள். அந்தக் காலத்தில் படிப்பும் அரசாங்க உத்தியோகமுமே புருஷ லட்சணங்களாகக் கொள்ளப்பட்டன. 'சம்பளம்' 'கிம்பளம்' பற்றிய சோடிப்புகள் கலியாணத் தரகரின் சாமர்த்தியத்தைப் பொறுத்தது. பெம்பிளை பார்த்தபின், பெண்ணைப் பிடிக்கவில்லையென்று மாப்பிளை நிராகரிக்கலாம். அதையே ஒரு பெம்பிளை செய்தால், அவள் 'ஆட்டக்காரி' அல்லது 'சதிர்க்காரி' என ஊரில் பட்டம் கொடுத்துவிடுவார்கள். கலியாணச் சந்தையில் அப்போது முற்றுமுழுக்க ஆணாதிக்கமே கோலோச்சியது. ஊரிலே நடைமுறையிலிருந்த இத்தகைய கம்பசூத்திரத்தைப் பயன்படுத்தி பொன்னம்பலத்தார் அவுஸ்திரேலியாவில் தன்னுடைய பிள்ளைகளை வளர்த்ததுதான், இப்போதைய அவரது கவலைகளுக்கு மூலகாரணம்.

இலங்கையில் அரச நிறுவனமொன்றின் பணிப்பாளராக சகல செல்வாக்குகளுடனும் வலம்வந்த பொன்னம்பலத்தை எண்பத்துமூன்றாம் ஆண்டு இனக்கலவரம் ஆஸ்திரேலியாவுக்குப் புலம்பெயரவைத்தது. கொழும்பிலுள்ள சீதன வீடு காடையர்களால் அடித்து முறித்து எரிக்கப்பட்டபின், சகல தேட்டங்களையும் இழந்த நிலையில், நண்டும் சிண்டுமாய் இரண்டு வயதும் நான்கு வயதுமான இரண்டு பெடியன்களுடனும் இளம் மனைவியுடனும் வந்தவர், இங்கும் தனது உழைப்பையும் சிக்கனத்தையும் மூலதனமாக்கி முன்னேறினார். பிள்ளைகளும் பெற்றோரின் எதிர்பார்ப்பை ஏமாற்றாமல், நல்லவேலைகள் கிடைக்கும் துறைகளிலே பல்கலைக்கழகப் பட்டங்கள் பெற்று, கொழுத்த சம்பளத்துடன் வேலைகளிலும் சேர்ந்துவிட்டார்கள்.

'இனியென்ன கலியாணம்தான். பிறகு நிம்மதியாய்ப் பேரப்பிள்ளைகளுடன் காலம் கழிக்கலாம்' என நிமிர்ந்தவருக்கு, அப்பொழுதுதான் ஆஸ்திரேலியாவிலே, சமகாலத்தில் நிலவும் கலியாணச் சந்தையின் முழுத்தாற்பரியங்களும் புரியலாயிற்று.

நமது ஊரில் கலியாணமென்றால் என்ன? சாதகப் பொருத்தம் பார்ப்பார்கள். குலம், கோத்திரம், குடும்பப்பின்னணி என்பன பார்ப்பார்கள். மாப்பிள்ளையின் குணம், படிப்பு, உத்தியோகம்பற்றித் தெரிந்தவர்களிடம் விசாரிப்பார்கள். பின்பு பெம்பிளை பார்த்துக் கலியாணம் நடக்கும். இப்போது இன்னொன்றும் நடைமுறைக்கு வந்துள்ளதாக மணியம் புதிதாகச் சொன்னார். பரந்த அனுபவமுள்ள பொன்னம்பலத்தாருக்கு இது தூக்கத்தைக் கலைத்தது.

தாங்களே 'சோடியளை' தேடிப்பிடிக்காத தமிழ்ப் பெடிபெட்டையளுக்கு, கலியாணங்கள் பொருத்திவிடுவதை, மணியத்தார் பொழுதுபோக்குக்காக அல்லாமல் ஒரு சேவை யாகவே செய்கிறார். இதனால் அவர் பலதடவை, சிக்கல்களில் மாட்டுப்பட்டு மகனிடம் பேச்சு வாங்கியதுமுண்டு.

பொன்னம்பலத்தார் பெடியளின் கலியாண விஷயமாய் மணியத்தை அணுகியபோது, அவர்தான் சொன்னார், 'கலியாணத்தை முற்றாக்க கெமிஸ்றி வேலை செய்யவேணும்' என்று!

தமிழ் மூத்தபிரைசைகள், புதன்கிழமைதோறும் விளையாடும் செஸ் விளையாட்டின்போது 'கெமிஸ்றி' என்கிற சொல்லின் பல்வேறு பரிமாணங்கள் அலசப்பட்டன.

'Organic chemistry, inorganic chemistry, physical chemistry என்று நான் பள்ளிக்கூடத்திலைப் படிச்சிருக்கிறன். அதென்னப்பா 'கலியாணக் கெமிஸ்றி?' – அண்மையில் ஆஸ்திரேலியா வந்து மூத்தபிரசைகள் சங்கத்திலே உறுப்பினராகச் சேர்ந்துள்ள 'அப்போதிக்கரி' தம்பிராசா கேட்டார்.

'அதுதானப்பா சாத்திரத்திலை, வசியப்பொருத்தம் எண்டு சொல்லிறது' என அதற்கு விளக்கம் சொல்லி, கலியாணப் பொருத்தம் பார்ப்பதை, சைற் பிஸ்னஸ்ஸாகச் செய்யும் சிறாப்பர் கந்தையா உரையாடலிலே புகுந்துகொண்டார்.

'வசியப்பொருத்தம் உத்தமமாய் இருந்தாலும் பெடி பெட்டையள் கெமிஸ்றி சரிவரேல்லை எண்ணுதுகள்... அப்ப இதுகள் சொல்லுற கெமிஸ்றி என்கிற கோதாரிதான் என்ன?"

'ஆணும் பெண்ணும் கூடிப்பேசும்பொழுது அவர்களுக்குள் ஒரு ரசாயன மாற்றம் நடக்கும். இந்த இரசாயன ஈர்ப்பே

கெமிஸ்றி . . !' என பரிமேலழகர் உரை வழங்கினார் பண்டிதர் மகாதேவா.

'என்ன கோதாரி ஈர்ப்போ . . ? இளவயதிலை எங்களை விட்டவை ஆர் . . ? எண்ட கெப்பரிலை நிக்கிறது. முப்பதுதாண்ட ஓடி முழிக்கிறது. இப்பிடி கூழ்ப்பானைக்குள்ளை விழுந்தவை பலபேரை எனக்குத் தெரியும். என்னட்டை பெட்டையளின்ரை முப்பத்தைஞ்சு சாதக குறிப்புகள் கையிலை இருக்கு. இதுக்குத் தோதாய் பன்னிரண்டு பெடியங்களின்ரை சாதகங்கள்தான் இருக்கு. இப்பிடியே போனால், மலேசியா சிங்கப்பூர் மாதிரி முதிர் கன்னியளாய் இருக்கிற நிலமைதான் இஞ்சையும்வரும். பெடியங்களும் தங்களுக்குத் தகுதி இருக்கோ இல்லையோ, குஜராத்திப் 'பெட்டையள்'மாதிரி வெள்ளையாய் கொண்டுவா எண்டு நிக்கிறாங்கள். இது பெத்தவைக்கும் விளங்குதில்லை, பெடிபெட்டையளுக்கும் விளங்குதில்லை . . .' என மணியம் தனது அனுபவத்தைச் சொல்லி நொந்துகொண்டார்.

'நாங்கள் கலியாணம் கட்டி இப்ப நாப்பது வருஷமாச்சு மணியம். நானும் மனுஷியும் ஒருதரை ஒருத்தர் இற்றைவரை சரியாய் தெரிஞ்சுகொள்ளேலாமல் கிடக்குது. இதுக்கிள்ளை பெடிபெட்டையள் மூண்டுமாதம் ஆறுமாதம் கூடித்திரிஞ்சு போட்டு என்னண்டு புரிஞ்சு கொள்ளப்போகுதுகள் . . ?' என்று மூலையிலிருந்த அதி மூத்த பிரசை ஒன்று பெருமூச்சுவிட்டது.

'படிக்கேக்கையே, நல்ல பெடியனாய் பாத்து பிடிச்சுக் கொண்டு வாடி எண்டு தாய்மார் தூண்டிவிடுகிறதும், பெடியளை வளைச்சுப் பிடிக்கிறதும், இங்கை பரவலாய் நடக்குது. அதுக்கு வல்லமையும் கெட்டித்தனமும் வேணும் . . .' என உலாந்தா இராமலிங்கம் அங்கிருந்த ஆருக்கோ குத்தல்கதை சொன்னார். நிலமையைச் சமாளிக்க புது வருஷப்பிறப்புக் கொண்டாட்டம் பற்றிய தகவலைச் சொல்லி, கதையைத் திருப்பினார் வில்வரத்தினம். அவர்தான் மூத்தபிரசைகள் சங்கத்தின் நடப்பாண்டுச் செயலாளர். மணியத்தின் பினாமியாகத் தேர்தலில் வென்றவர்.

தன்னுடைய மகன்களுக்குக் கலியாணம் பேசி பொன்னம்பலத்தார் வாய்வைக்காத இடமில்லை. அவங்களின்ரை வேலைக்கும் சம்பளத்துக்கும் பெட்டையள் கியூவிலை நிப்பாளவை எண்டுதான் ஆரம்பத்தில் மணியத்தார் சொன்னார். ஆனால் 'இவங்கள் பெட்டையளின்ரை வேவ்–லெந்துக்கு *(Wave-length)*, கதைக்கிறாங்களில்லையாம்' என்று இப்ப புதுக்கதை சொல்லுறார்.

கால ஓட்டத்தில் பொனம்பலத்தாரின்ரை பெடியங்களுக்கு ஆஸ்திரேலிய தமிழ்ப்பெட்டையள் வைச்ச பெயர் 'மம்மீஸ்போய்' *(Mummy's boy)* என்ற செய்தி சாடைமாடையாக வெளியே கசியவே, நிலமை சுமுகமாகட்டுமென மணியம் இந்தச் சம்பந்தத்தைக் கிடப்பில் போட்டுவிட்டார்.

அன்று சித்திரை புதுவருஷப்பிறப்பு!

மூத்த பிரசைகள் சங்கம் அதைத் தடல்புடலாகக் கொண்டாடும். மணியத்தைச் சந்திப்பதற்காகவே கொழும்பு நாகலிங்கம் வருஷப்பிறப்பு விழாவுக்கு வந்திருந்தார். கொண்டாட்ட ஒழுங்குகளில் மணியம் ஓடியாடித் திரிந்ததால் கொண்டாட்டம் முடியட்டும் என்று, பட்டும் படாமலும் நாகலிங்கம் ஒரு மூலையில் அமர்ந்திருந்தார். சாதாரணமாக அவர் இந்தச் சில்லறை விழாக்களுக்கெல்லாம் போகமாட்டார். அந்தளவுக்கு மூக்கு நீண்ட மனுஷன். இப்போது மணியத்தைத் தேடிவந்ததின் காரணம் பொன்னம்பலத்தாரின் மூத்தபெடியனுக்கு அவர் மூலமாகத் தன்னுடைய மகளுக்குச் சம்பந்தம் கேட்க!

நாகலிங்கம் இலங்கை கஸ்டம்ஸில் கொடிகட்டிப் பறந்ததால் அவரை 'கஸ்டம்ஸ்' நாகலிங்கம் என்றால்தான் கொழும்பில் தெரியும். கஸ்டம்ஸில் சம்பாதித்த பணத்தில் அவர் கொழும்பில் பல இடங்களிலும் வீடுகளை வாங்கி வாடகைக்கு விட்டதால், அதைப் பராமரிக்கவென அடிக்கடி கொழும்புக்குச் சென்றுவருவார். இதனால் சிட்னியில் அவர் கொழும்பு நாகலிங்கமாகிவிட்டார். ஆம்பிளை வாரிசு வேணுமென்ற முயற்சியில் தோற்றுப்போனதால் நாகலிங்கத்தாருக்கு நான்கும் பெம்பிளைப்பிள்ளையள். தான் கறுப்பாக இருந்தாலும் தனக்கு வாற பெம்பிளை சிவப்பாய், வடிவாய் இருக்கவேணுமெண்டு அந்தக்காலத்தில் சல்லடைபோட்டுத் தேடி கலியாணம் கட்டினவராம். தனக்குப் பேசிவந்த சம்பந்தங்களில், ஒவ்வொரு நொட்டை சொல்லி மற்றவர்களின் வயித்தெரிச்சலைக் கட்டிக் கொண்ட பாவமோ என்னவோ, அவரது பெம்பிளைப் பிள்ளையள் நான்கும் அச்சொட்டாக அவரைப்போலவே பிறந்தன. 'சீதனத்தை விசுக்கி எறிந்தால் எல்லாம் தானாய் வரும்' என்றிருந்தவர், கெமிஸ்றியின் புதிய விளையாட்டைக் கண்டு நிலைகுலைந்து போனார்.

மணியத்தாரும் கொழும்பு நாகலிங்கத்தின் ஆய்க்கினை தாங்கமாட்டாமல், சந்து பொந்தெல்லாம் புகுந்து தேடியும் சோடிசேர்ப்பு முயற்சி சரிவரவில்லை. நாளடைவில் மணியத்தின்

மகனுக்கு அடலெயிட்டில் நல்ல வேலையொன்று கிடைக்கவே, மகன் குடும்பத்துடன் அவர் அடலெயிட்டுக்குப் போய் இரண்டு வருடமாச்சு.

'இங்கையும் கலியாணங்கள் பேசவெளிக்கிட்டு, வந்த இடத்திலும் பிரச்சினையளை விலைக்கு வாங்காமல் இருங்கோ...' என மகன் கட்டுப்பாடுகள் போட்டுள்ளதால், மணியத்தார் இப்போ கலியாணங்கள் பேசுவதில்லை. அங்குள்ள இந்துக்கோயிலுடன் அவரது பொழுது போகிறதாம்.

சில வருடங்களின் பின்னர், திருமண நிகழ்வொன்றில் கலந்துகொள்ளவென, அடலெயிட்டிலிருந்து சிட்னிக்கு மனைவியுடன் வந்திருந்த மணியம், எதிர்பாராத விதமாக அங்கு பொன்னம்பலத்தாரின் மூத்த மகனைச் சந்தித்தார். அவன் யப்பானியப் பெண்ணுடன் வந்திருந்தான். அவர்கள் இருந்த மேசையிலேயே, மணியம் தம்பதிகளுக்கும் இடம் ஒதுக்கியிருந்தார்கள். கூடவந்த யப்பானியப் பெண் தனது மனைவி என்றும், பெயர் கைக்கோ, தன்னுடன் வேலை செய்கிறாள் என்றும், பொன்னம்பலத்தாரின் மகன் அறிமுகம் செய்தான். கைக்கோ இருக்கையிலிருந்து எழுந்து தலையைக் குனிந்து பணிவாகக் கைகூப்பி வணக்கம் சொன்னாள். கைக்கோவின் இந்தப் பணிவையும் பண்பையும் கண்டு, மணியத்தாரின் மனைவி மலைத்துப்போனார். 'எங்கடை இந்தக்காலத்துப் பிள்ளையள் இப்பிடிச் செய்யுங்களே...?' என மணியத்தின் காதுக்குள் குசுகுசுத்தார்.'

கைக்கோவை மணியத்தின் மனைவிக்கு நன்கு பிடித்துக் கொண்டது. இருவரும் ஓயாது பேசிக்கொண்டிருந்தார்கள். இடையிடையே இந்துசமய திருமணங்கள் பற்றியும் பேச்சு வந்தது. இந்தச் சந்தர்ப்பத்தைக் கைவிடாது, 'உன்னுடைய தமிழ்க் கணவனில் உனக்குப் பிடித்த விஷயம் என்ன...?' என்று நோண்டினார் மணியம்.

கைக்கோ கணவனைக் காதல் பொங்கப் பார்த்து முறுவலித்தபடியே, 'அவர்களது குடும்பத்திலுள்ள பெற்றோர் பிள்ளைகள் உறவும், பெற்றோர்மீது பிள்ளைகள் கொண்டுள்ள அன்பும் எனக்குப் பிடித்துக் கொண்டது. யப்பானிய குடும்ப அமைப்பில், இதற்கு நாம் மிகவும் முக்கியத்துவம் கொடுப்போம்' எனச் சொல்லி யப்பானிய குடும்ப உறவுமுறை பற்றி விபரமாகச் சொன்னாள்.

இவர்களுடைய கதைகள் ஒருபுறத்தே தொடர மற்றப்பக்கத்தில் தாலிகட்டு முடிந்தது. 'மணமக்களை ஆசீர்வதிக்கலாம்' என ஐயர் அறிவிக்கவே, மணவறையை நோக்கி கியூ நீண்டது. கியூவிலே மணியம் தம்பதிகளுக்கு முன்னே ஒரு பிஜி–இந்தியப் பெண், தனது ஆஸ்திரேலிய வெள்ளைக்கார கணவனை அணைத்தபடி நின்றாள்.

பிஜி–இந்தியப் பெண்ணின் மாநிறமும் ஆஸ்திரேலிய கணவனின் கடும்வெள்ளையும் மணியத்தாரின் கண்களுக்கு அழகாகத் தெரிந்தன. கெமிஸ்றி விளையாட வந்துவிட்டால், கல்யாணப் பந்தங்களிலே இன–மொழி வேறுபாடுகள் மறைந்துபோய்விடும் என்று அவருக்குத் தோன்றியது. இந்த வேதிவிளையாட்டுக்குப் பிரத்தியேக 'கெமிஸ்றி' ரியுஷன் தேவையில்லை என்கிற உண்மை மனதில் தோன்றியது.